அறியப்படாத தமிழகம்

தொ. பரமசிவன்

வளர்பிறை பதிப்பகம்
எண் : 11/21, சர்.சி.வி. ராமன் தெரு,
வெங்கடேஸ்வரா நகர், ஒரகடம், அம்பத்தூர்,
சென்னை - 600 050. தொலைபேசி எண் : 9884967484.
Email: valarpiraipathippagam@gamil.com

அறியப்படாத தமிழகம்

தொ. பரமசிவன்

பதிப்பு ஆண்டு: நவம்பர், 2022

பதிப்பு: முதல் பதிப்பு

தாள்: என். எஸ். புக் பிரிண்ட்

நூல் அளவு: 1/8 டெம்மி

எழுத்து அளவு: 12 புள்ளி

பக்கங்கள்: 132

நூல்வடிவமைப்பு

வளர்பிறை டிசைன்ஸ் - சென்னை

வகை: ஆய்வுக் கட்டுரைகள்

Ariyapadhatha Thaxizhgam

Tho. Paramasivan

Year of Edition: November, 2022

Edition: First Edition

Paper: N.S. Book Print

Book Size: 1/8 Demy

Font Size: 12 points

Pages: 132

Design by:

Valarpirai Designs - Chennai

Subject: Research Articles

விலை: 130/-

வெளியீடு: VP-31

ISBN: 978-81-19436-02-6

வளர்பிறை பதிப்பகம்

எண் : 11/21, சர்.சி.வி. ராமன் தெரு,
வெங்கடேஸ்வரா நகர், ஒரகடம், அம்பத்தூர்,
சென்னை - 600 050. தொலைபேசி எண் : 9884967484.
Email: valarpiraipathippagam@gamil.com

முன்னுரையும் பின்னுரையும்

'தெய்வங்களும் சமூக மரபுகளும்' 1995இலும் (என்.சி.பி.எச். வெளியீடு) 'அறியப்படாத தமிழகம்' 1997யிலும் (ஜெயா பதிப்பகம்) வெளிவந்தன. அவை ஒரு நூலாகத் தொகுக்கப்பட்டு, சில புதிய சேர்க்கைகளோடு இப்பொழுது வெளியாகிறது.

இவற்றுள் முதல் நூல் தமிழ்ச் சமூகத்தின் அசைவியக்கத்தில் தெய்வங்களும், சடங்குகளும், வாழ்வியல் கோட்பாடுகளும் பெற்றிருந்த இடத்தை ஓரளவு மதிப்பிட முயல்வதாகும். அந்த நூலைவிடப் பேராசிரியர் ந. முத்துமோகன் அதற்கு எழுதிய முன்னுரை மிகப் பயனுடையது. நூலைப் படித்து முடித்தபின் அந்த முன்னுரையைப் படித்தால் வாசகர்க்குத் தமிழ்ச் சமூக வரலாற்றின் இருண்ட சில பக்கங்களை வாசிக்கப் போதிய வெளிச்சம் கிட்டும். பெருந்தெய்வம், சிறுதெய்வம் என்ற வரையறையினை அந்த நூல் தகர்க்க முயன்றது. 'அடிக்கட்டு மானம் ஜ் மேற்கட்டுமானம்' என்பவை தமிழுலக ஆய்வாளர்களால் சரியாகப் புரிந்து கொள்ளப்படவில்லை என்பதே அந்த நூலின் வழியாக முன்வைக்கப்பட்ட செய்தி. வாசித்தவர்களுக்கு அந்தச் செய்தி எந்த அளவுக்குச் சென்று சேர்ந்தது என்பது எனக்குத் தெரியவில்லை.

'அறியப்படாத தமிழக'த்தை வாசித்த நண்பர்கள் மகிழ்ச்சியினால் விரிந்த கண்கேளாடு என்னிடம் பேசினார்கள். இயக்கச் சார்பும் சிற்றிதழ் வாசிப்புப் பயிற்சியும் உடைய நுண்பர்களிடத்தில் அர்த நூல் உண்டாக்கிய மகிழ்ச்சி எனக்கு புதுமையாகத் தோன்றியது.

இயக்கம் சார்ந்த இதழ்களோடு வணிக நோக்குடைய இதழ்களும் கூட இந்நூற் கட்டுரைகளில் சிலவற்றை எடுத்து வெளியிட்டன. அதைவிடப் புதுமை வீட்டோடும், சமையலறை யோடும் முடங்கிவிட்ட பெண்கள் காட்டிய மகிழ்ச்சியாகும். இந்த வகையான எதிர்வினைகள் என்னை மேலும் சிந்திக்கத் தூண்டின. ஏனென்றால் அந்த நூலின் சிறு கட்டுரைகளை

எழுத 'கறுப்பு ஒரு தமிழ்ப் பார்வை' தவிர நான் கடுமையான முயற்சி எதுவும் மேற்கொள்ளவில்லை. அந்த நூலில் தரப்பட்ட செய்திகளும் பெரும்பாலான வாசகர்கள் அறிந்தவையே. இருந்தபோதும் வியப்பும் மகிழ்ச்சியுமான இந்த எதிர்வினை களுக்குக் காரணம் என்ன?

ஆர அமர சிந்தித்துப் பார்க்கையில் எனக்குச் சில காரணங்கள் தென்படுகின்றன. இழந்துவிட்ட கைப்பொருள் ஒன்றைத் திரும்பக் கண்டுபிடித்த மகிழ்ச்சியாகப் பெண்களின் மகிழ்ச்சி காணப்பட்டது. சமையலறை நவீனங்களைக்கூட அவர்கள் அரைமனத்தோடுதான் ஏற்றுக்கொண்டிருக்கிறார்கள் என்று தோன்றுகிறது. சாதி உணர்வும் பழமைப் பற்றும் ஆண்களைவிடப் பெண்களிடம் சற்றுத் தூக்கலாகவே அமைந்திருக்கிறது. இதற்கான காரணங்களைத் தனித்தும், விரிவாகவும் நாம் பேச வேண்டும்.

இயக்கச் சார்பும் சிற்றிதழ் வாசிப்பும் உடைய நண்பர்களின் மகிழ்ச்சிக்கான காரணம் வேறு. அவர்களின் அறிவுலகத்தி லிருந்து அவர்களின் குடும்பமும், தெருவும், ஊரும் பெரு மளவுக்கு அன்னியப்பட்டுள்ளன. தாம் பிறந்த மண்ணையும் தம்முடன் பிறந்த மக்களின் மரபுகளையும் வாசிக்க அவர்களின் புத்தக வாசிப்புக்கு நடுவில் நேரம் கிடைக்காமல் போய்விட்டது. அதன் விளைவாகக் கடந்த நாற்பது ஆண்டுகளில் உருவான தமிழ்நாட்டு அறிவுலகம் அந்தரத்தில் தொங்குகிறது, சங்கர வேதாந்தம் போல. இந்தச் சிறிய நூல் அவர்களை மண்ணுக்கு இறக்கிவிட முயன்றிருக்கிறது. மண்ணும், மண்ணின் உயிர் வகைகளும், பயிர் வகைகளும் இவற்றின் ஊடான மனித அசைவுகளும் பன்முகத் தன்மை கொண்டவை என்ற தன்னுணர்ச்சி அவர்களிடம் பல காலம் விடைபெற்றுப் போய்விட்டது. இந்த நூலின் சிறு கட்டுரைகள் தம்மைச் சுற்றியுள்ள அசைவுகளை எந்திர கதியில் அல்லாமல் தன்னுணர்ச்சியோடு அவர்களைக் காண வைத்திருக்கிறது. அதற்குமேல் இந்நூலின் வெற்றிக்கு வேறு எந்தக் காரணத்தையும் சொல்லிவிட முடியாது.

தன்னுணர்ச்சியற்ற சமூகப் பார்வை என்பதற்கு என்னால் மற்றொரு சான்றையும் கூற முடியும். இந்தப் பதிப்பில் புதிதாகச் சேர்க்கப்பட்டுள்ள 'பல்லாங்குழி' கட்டுரை புதிய விசை இதழில் வெளியானது. இந்தக் கட்டுரைக்கு இடதுசாரிச் சார்புடையவர்களிடமிருந்து மகிழ்ச்சி நிறைந்த வரவேற்பினை

நான் எதிர்பார்த்து ஏமாந்து போனேன். எனவே தான் சுற்றியுள்ள சமூகத்தின் அசைவுகளைத் தன்னின் பகுதியாகக் காணும் போக்கு இன்னமும் தமிழ் வாசிப்பாளர்களுக்கு போதிய அளவுக்குக் கைகூடவில்லை என நாம் கருத வேண்டியுள்ளது. இன்று உலகமயமாக்கம் மிகப்பெரிய பண்பாட்டு நெருக்கடியினை நமக்கு உருவாக்கியுள்ளது. அதனை நாம் முழுமையாக உணர்ந்தபாடில்லை. ஒற்றைப் பண்பாட்டை உருவாக்கும் இந்த நெருக்கடியிலிருந்து மீள்வதற்குப் பண்பாட்டின் பன்மியத் தன்மையினை உணர்வதும் பேணுவதுமே வழி துறைகளாக அமையும் என்று நான் நம்புகிறேன். இந்த நம்பிக்கையே இந்த எழுத்துக்களை மீண்டும் அச்சேற்றுதவற்கான அடிப்படை.

இந்த இரு நூல்களையும் முறையே முன்னதாக வெளியிட்ட என்.சி.பி.எச். நிறுவனத்தார்க்கும், ஜெயா பதிப்பகத்தார்க்கும் என் நன்றி.

முந்திய வெளியீட்டு முயற்சிகளில் துணைநின்ற அன்பினர்க்கு நன்றி. காலத்திலும், களத்திலும் எனக்குக் கைவிளக்காகவும், மலை விளக்காகவும் வழிகாட்டிய என் ஆசான் சி.சு. மணி அவர்கட்கும் என் நன்றியுணர்வு மரபு சார்ந்ததன்று; அதற்கும் மேலானதாகும்.

புதிய சேர்க்கைகளோடு தொகுப்பாக இப்போது வெளியிடும் காலச்சுவடு பதிப்பகத்தார்க்கும் இம்முயற்சியில் பொறுமையும், ஆர்வமும் காட்டிய சலபதிக்கும் நான் நன்றியன்.

பாளையங்கோட்டை தொ. பரமசிவன்
22.10.2001

பொருளடக்கம்

அறியப்படாத தமிழகம்

1

தமிழ்

தமிழ் என்ற சொல் தமிழர்க்கு இனிமையானது. 'இனிமையும் நீர்மையும் தமிழெனல் ஆகும்' என்று பிங்கல நிகண்டு குறிப்பிடுகிறது. தமிழ் என்ற சொல்லை இனிமை, பண்பாடு, அகப்பொருள் என்ற பொருள்களிலும் வழங்கியுள்ளனர்.

முரசு கட்டிலில் உறங்கிய மோசிகீரனார் என்ற புலவர்க்கு வேந்தன் ஒருவன் கவரி வீசிய செய்தியினைப் புறநானூற்றுப் பாடலால் அறிகிறோம். கண் விழித்த புலவர் 'அதூஉம் சாலும் நற்றமிழ் முழுதறிதல்' என்கிறார். தமிழ் எனும் சொல் இங்கு மொழி, கவிதை என்பனவற்றையும் தாண்டி, பலகலைப் புலமை என்ற பொருளில் ஆளப்பட்டுள்ளது. 'தமிழ் கெழு கூடல்' (புறம்) என்றவிடத்திலும் 'கலைப்புலமை' என்ற பொருளில் இது ஆளப்பட்டுள்ளது. கம்பன் 'தமிழ் தழீஇய சாயலவர்' என்னும் இடத்து, தமிழ் என்பதற்கு அழகும் மென்மையும் பொருளா கின்றன.

தேவாரம் போன்ற பக்தி இலக்கியங்களில் தமிழ் 'பாட்டு' என்னும் பொருளில் ஆளப்படுகிறது. 'ஞான சம்பந்தன் சொன்ன தமிழ் இவை பத்துமே', 'மூலன் உரை செய்த மூவாயிரம் தமிழ்' என்பன எடுத்துக்காட்டுக்களாகும். முப்பது பாட்டுக்களாலான திருப்பாவையை ஆண்டாள் 'தமிழ் மாலை' என்றே குறிப்பது இங்கு எண்ணத்தகும். சிவநெறி தமிழ்நாட்டில் பிறந்தது எனக் குறிக்க வந்த சேக்கிழார், 'அசைவில் செழும் தமிழ் வழக்கு' எனச் சைவத்தையும், 'அயல் வழக்கு' எனச் சமணத்தையும் குறிப்பிடுகிறார். சமணமும் சைவமும் தமிழ் மொழியினைத் தெய்விக நிலை சார்ந்தனவாகக் கருதின.

ஆயும் குணத்தவ லோகிதன் பக்கல் அகத்தியன் கேட்(டு)
ஏயும் புவனிக்கு இயம்பிய அருந்தமிழ்

என்பது யாப்பருங்கலம். பாணினிக்கு வடமொழியையும், அதற் கிணையான தமிழ் மொழியைக் குறுமுனியான அகத்தியர்க்கும் சிவபெருமான் அளித்தார் என்றும் சைவ இலக்கியங்கள் கூறும்.

'தழற்புரை சுடர்க் கடவுள் தந்த தமிழ்' என்று கம்பரும் இக்கருத்தினை ஏற்றுப் பேசுகிறார்.

வடமொழி ஆதிக்கமும் தெலுங்கு மொழி ஆதிக்கமும் அரசியல் அறிந்த தமிழர்களால் உணரப்பட்ட இடைக்காலத்தில் தமிழ் தெய்வத் தன்மை உடையதாகவும் தாயாகவும் கருதப் பட்டது. 15ஆம் நூற்றாண்டில் வில்லிபாரதத்திற்கு வரந்தருவார் தந்த பாயிரமும் 17ஆம் நூற்றாண்டில் எழுந்த தமிழ்விடுதாதும் இதை உணர்த்தும். அதே காலத்தில் 'தலைப் பாவலர் தீஞ்சுவைக் கனியும் தண் தேன் நறையும் வடித்தெடுத்த சாரம் கனிந்தூற்றிருந்த பழந்தமிழ்' முருகக் கடவுளின் திருவாயில் மணக்கிறது என்பர் குமரகுருபரர். /9ஆம் நூற்றாண்டில் மனோன்மணியம் சுந்தரனார் காலந்தொட்டுத் 'தமிழ் அரசியல், சமூக, பண்பாட்டு அளவில் ஒரு மந்திரச் சொல்லாகவே தொழிற்படுகிறது.

'தெள்ளமுதின் மேலான முத்திக் கனியே என் முத்தமிழே' என்று தமிழை முத்தி தரும் பொருளாகவும் தமிழ்விடுதூது குறிப்பிடுவது இங்கு உணரத்தகும். இந்த உணர்வினை உள்வாங்கிக் கொண்டு, சமூக நீதிக்குப் போராடிய பாரதிதாசன் தமிழைத் தாயாகவும், தெய்வமாகவும், போராட்டக் கருவியாகவும் கொண்டது தமிழ் நாடு அறிந்த செய்தி.

நாட்டார் வழக்காறுகளில் தமிழ் எனும் சொல், செம்மை யாகப் பேசப்படும் மொழியினை உணர்த்துகிறது. மன்றங்களிலும் வழக்காடும் இடங்களிலும் பேசப்படும் மொழியினை அச்சொல் குறித்திருக்கிறது.

தங்கத் தமிழ் பேச உங்க
தாய் மாமன் வருவாங்க

என்பது தாலாட்டு.

தங்கத் தமிழ் அடியாம்
தாசில்தார் கசசேரியாம்

என்பது ஒப்பாரிப் பாடல் வரி.

குழாயடி, கிணற்றடி என்பது போலத் தமிழடி என்பது ஊர் மன்றத்தைக் குறிக்கும்.

தமிழ், தமிழன் ஆகிய சொற்களை ஊர்ப் பெயராகவும், மக்கட் பெயராகவும் ஏராளமாக இட்டு வழங்கியிருக்கிறார்கள். நெல்லை மாவட்டம் ஆலங்குளத்துக்கருகில் 'தமிழூர்' என்ற

ஊரும், நாங்கு நேரிக்கு அருகில் 'தமிழாக்குறிச்சி' என்ற ஊரும் அமைந்துள்ளன. அருப்புக்கோட்டைக்கருகில் 'தமிழ்ப்பாடி' என்ற ஊரும் உள்ளது. கல்வெட்டுக்களில் 'தமிழன்', 'தமிழதரையன்' ஆகிய பெயர்களைப் பல இடங்களில் காண்கிறோம்.

முதலாம் ஆதித்த சோழன் தனது வெற்றிக்குதவிய படைத் தலைவன் ஒருவனுக்குச் 'செம்பியன் தமிழவேள்' என்ற பட்டங் கொடுத்தான். சில அதிகாரிகளும் தங்கள் பெயர்களில் தமிழை இணைத்துக் கொண்டனர். எடுத்துக்காட்டாக 'இருஞ் சோணாட்டு தமிழவேள் தென்னவன் திருச்சாத்தன்', 'அருந்தமிழ் கேசரிச் சோழப் பெரியான்', 'சாணாட்டு வேளான் தமிழப் பெற்றான்' ஆகியனவற்றைக் குறிப்பிடலாம் (கோயிலாங்குளம் சமணக் கோயில் கல்வெட்டு).

தண்ணீர்

தமிழ்நாடு நிலநடுக்கோட்டை ஒட்டிய வெப்பமண்டலப் பகுதியைச் சேர்ந்ததாகும். எனவே நீர் குறித்த நம்பிக்கைகளும் அவற்றின் வெளிப்பாடுகளும் தமிழ்ச் சமூகத்தில் நிறையவே காணப்படுவது வியப்புக்குரியதல்ல. இனிமை, எளிதில் புழங்கும் தன்மை என இரண்டு பண்புகள் நீருக்கு உண்டு, எனவே 'தமிழ்' என்னும் மொழிப் பெயருக்கு விளக்கம் தரவந்தவர்கள், 'இனிமையும், நீர்மையும் தமிழ் எனல் ஆகும்' எனக் குறிப்பிட்டனர். குளிர்ச்சியினை உடையது என்பதனால் நீரைத் 'தண்ணீர்' என்றே தமிழர்கள் வழங்கி வருகின்றனர். நீரினால் உடலைத் தூய்மை செய்வதனை குளிர்த்தல் (உடலைக் குளிர்ச்சி செய்தல்) என்றும் குறித்தனர். இது வெப்ப மண்டலத்து மக்களின் நீர் பற்றிய வெளிப்பாடு ஆகும்.

நீர் என்பது வானத்திலிருந்து வருவது என்பதனால் அதனை 'அமிழ்தம்' என்றே வள்ளுவர் குறிப்பிடுவார். நீர்நிலைகளுக்குத் தமிழர்கள் வழங்கிவந்த பெயர்கள் பல. சுனை, கயம், பொய்கை, ஊற்று என்பன தானே நீர் கசிந்த நிலப்பகுதிகளாகும். குட்டை, மழை நீரின் சிறிய தேக்கமாகும். குளி(ர்)ப்பதற்குப் பயன்படும் நீர்நிலை 'குளம்' என்பதாகவும், உண்பதற்குப் பயன்படும் நீர்நிலை 'ஊருணி' எனவும், ஏர்த் தொழிலுக்குப் பயன்படும் நீர்நிலை 'ஏரி' என்றும், வேறு வகையாலன்றி மழை நீரை மட்டும் ஏந்தி நிற்கும் நிலையினை 'ஏந்தல்' என்றும்,

சுண்ணாறுகளை உடையது 'கண்மாய்' என்றும் தமிழர்கள் பெயரிட்டு அழைத்தனர்.

மலைக்காடுகளில் உள்ள சுனைகளில் 'சூர்மகள்', அரமகள்' என்றும் அணங்குகள் (மோகினிகள்) வாழ்கின்றனர் என்பது பழைய நம்பிக்கை. அதுபோலவே தெய்வங்களின் இடப் பெயர்ச்சிக்கும் நீர் ஓர் ஊடகமாக அமைகின்றது என்பதும் ஒரு நம்பிக்கையாகும். விழாக்காலங்களில் சாமியாடுபவர்களின் தலையில் ஏற்படும் நீர் கரகத்துக்குள் சாமியின் அருளாற்றல் கலந்திருப்பதாக மக்கள் நம்புகின்றனர்.

நிலத்துக்கும் நீருக்கும் உள்ள உறவு பிரிக்க முடியாது. நீரின் சுவை அது பிறக்கும் நிலத்தால் அமையும். நிலத்தால் திரிந்துபோன நீரின் சுவையை மேம்படுத்தத் தமிழர்கள் நெல்லியினை ஒரு மருந்தாகப் பயன்படுத்தினர். கிணற்று நீர் உவராக இருந்தால் அதனுள் நெல்லி மரத்தின் வேர்களைப் போட்டு வைப்பதும் ஊருணிக் கரைகளிலே நெல்லிமரங்களை நட்டு வைத்து அதற்கு 'நெல்லிக்காய் ஊருணி' என்று பெயரிடுவதும் தமிழ் மக்களின் வழக்கம். நெல்லிக்காய் தின்று தண்ணீர் குடித்தால் இனிப்புச்சுவை தெரியும். இச்செய்தி சங்க இலக்கியத்தில் ஓர் உவமையாகவும் எடுத்தாளப்பட்டுள்ளது.

நீரின் தூய்மையினைப் பேணுவதிலும் தமிழர்கள் கருத்துச் செலுத்தியுள்ளனர். நீருக்குள் மனிதக் கழிவு இடுதல் பெரும் பாவமாகக் கருதப்படுகிறது. 'நீருக்குள் ஜலபானம் செய்த பாவத்தில் போகக்கடவாராகவும்' என்று ஆவணங்கள் இதனைக் குறிக்கின்றன. சங்கரன்கோயிலுக்கு வடக்கே பனையூர் என்ற ஊரில் உள்ள சிவன் கோவில் இறைவனுக்கு அக்கோயிற் கல்வெட்டுக்களில் 'நன்னீர்த்துறையுடைய நாயனார்' என்ற பெயர் காணப்படுகிறது. இயற்கையின் பேராற்றலில் ஆரியர் நெருப்பினை முதன்மைப்படுத்தியது போல திராவிடர் நீரினை முதன்மைப்படுத்தினர். தெய்வ வழிபாட்டுச் சடங்குகளைப் போலவே தமிழர்களின் வீட்டுச் சடங்குகளிலும் நீர் சிறப்பிடம் பெறுகின்றது. செம்பு நீரில் அல்லது குவளை நீரின் மேல் பூக்களையோ பூவிதழ்களையோ இட்டு வழிபடுவது எல்லாச் சாதியாரிடமும் காணப்படும் பழக்கம். நெடுஞ்சாலைகளில் கோடைக் காலத்தில் நீர்ப்பந்தல் அமைப்பது ஒரு அறச் செயலாகக் கருதப்பட்டது. சோழர் காலத்துக் கல்வெட்டொன்று தண்ணீர்ப் பந்தலில் தண்ணீர் இறைத்துத் தருபவனுக்கும்,

அதற்குக் கலமிடும் குயவனுக்கும், தண்ணீர் ஊற்றித் தருபவனுக்கும் மானியமளித்த செய்தியினை குறிப்பிடுகிறது.

இயற்கையல்லாத முறையில் நெருப்பில் சிக்கி இறந்தவர்கள் நீர் வேட்கையோடு இறப்பது இயல்பாகும். எனவே அவ்வாறு இறந்தவர்களின் நினைவாக நீர்ப்பந்தல் அமைப்பதும் தமிழர் களின் வழக்கம்.

மொகஞ்சொதராவில் அகழ்வாய்வில் காணப்பட்ட படிக் கட்டுகளுடன் கூடிய குளம் நீர்ச்சடங்குகள் செய்வதற்குரிய இடமாக இருக்கலாம் என அறிஞர்கள் கருதுகின்றனர். நீராடுவதே ஒரு சடங்காகவும் தமிழர்களால் கருதப்பட்டதற்குப் பரிபாடல், திருப்பாவை போன்ற இலக்கியங்கள் சான்றாக அமைகின்றன.

நீரை மையமிட்ட பழமொழிகளும், மரபுத் தொடர்களும் தமிழர்களிடத்தே உண்டு. 'நீரடித்து நீர் விலகாது', 'நீர்மேல் எழுத்து', 'தண்ணீருக்குள் தடம் பிடிப்பவன்' என்பவை அவற்றுட் சில.

தமிழர் உணவு

ஒரு குறிப்பிட்ட மக்கள் சமூகத்தின் அசைவியக்கங்களை உணர அவர்தம் உணவுப் பழக்க வழக்கங்களைக் கூர்ந்து நோக்க வேண்டும். உணவுப் பழக்க வழக்கங்கள் ஒரு சமூகம் வாழும் பருவச் சூழ்நிலை, வாழ் நிலத்தின் விளை பொருள்கள், சமூகப் படிநிலைகள், உற்பத்தி முறை, பொருளாதார நிலை ஆகியவற்றைப் பொறுத்து அமையும்.

'சமைத்தல்' என்ற சொல்லுக்குப் பக்குவப்படுத்துதல் என்பது பொருள். அடுப்பில் ஏற்றிச் சமைப்பது 'அடுதல்' எனப்படும். சமையல் செய்யப்படும் இடம் அட்டில் அல்லது அடுக்களை. தமிழர்களின் வீட்டு அமைப்பில் வீடு எந்தத் திசை நோக்கி அமைந்திருந்தாலும் சமையலறை வீட்டின் வடகிழக்கு அல்லது தென்மேற்கு மூலையில் அமைக்கப்படுகிறது.

நீரிலிட்டு அவித்தல், அவித்து வேக வைத்தல், வறுத்து அவித்தல், சுடுதல், வற்றலாக்குதல், எண்ணெயிலிட்டுப் பொரித்தல், வேக வைத்து ஊற வைத்தல் ஆகியன சமையலின் முறைகள்.

நகர்ப்புறமயமாதல், தொடர்புச் சாதனங்களின் விளம்பாத் தன்மை, பொருளியல் வளர்ச்சி, பயண அனுபவங்கள் ஆகியவை காரணமாகக் கடந்த ஒரு நூற்றாண்டுக் காலத்திற்குள் தமிழர்களின் உணவு முறை மிகப்பெரிய அளவில் மாறுதல் அடைந்திருக்கிறது. நிகழ்கால உணவுப் பழக்கவழக்கங்களில் உடல் நலம் குறித்த அக்கறையைவிடச் சுவை குறித்த பார்வையே ஆளுமை செலுத்துகிறது. எனவே இன்னும் சில மிச்ச சொச்சங்களோடு இருக்கும் பழைய உணவுப் பழக்கங்களைத் தொகுத்துக் காணுவது நல்லது.

கிழங்கு வகைகளில் சிலவும் (பனங்கிழங்கு), புன்செய் தானிய வகைகளில் சிலவும் (சோளக் கதிர்), சிறு பறவை இறைச்சியும் ஏழை மக்களால் சுட்டு உண்ணப்படுகின்றன. கடினமான கிழங்குகளும் (சர்க்கரைவள்ளி, ஏழிலைக் கிழங்குகள்) நீரிலிட்டு அவிக்கப்படுகின்றன. அரைத்த அல்லது இடித்த மாவுப் பொருள்கள் நீராவியில் வேக வைக்கப்படுகின்றன (இடியாப்பம், இட்டிலி, கொழுக்கட்டை), இடித்த மாவுடன், சூடான இனிப்புப் பாகினைச் சேர்த்துக் கட்டி அரிசி, பொரிவிளங்காய், பாசிப் பயற்று மா உருண்டை செய்யப்படுகின்றன. மாவுப் பொருள்களுடன் இனிப்புப் பாகு கூட்டி மீண்டும் எண்ணெயில் பொரித்து முந்திரிக்கொத்து, அதிரசம் (பாசிப்பருப்பு மா, அரிசி மா) ஆகியன செய்யப்படுகின்றன. மாவுப் பொருள்களுடன் உறைப்புச் சுவையுடைய மசாலா கூட்டி பஜ்ஜி, வடை செய்யப்படுகின்றன. புலவு அல்லது காய்கறிகளுடன் உறைப்பு மசாலா கூட்டி எண்ணெய் இட்டுத் தாளித்துக் குழம்பாகவோ அல்லது தொடுகறியாகவோ ஆக்குகிறார்கள். மாவுப் பொருள் களுடன் காய்கறிகள் சேர்த்து, எண்ணெய் தடவிச் சுடும் உணவு வகைகளில் அடை, தோசை ஆகியன அடங்கும். இலை (அடை) வடிவில் செய்யப்படுவதால் அது அடை எனப்பெயர் பெற்றது. வெந்த தானியத்துடன் வெல்லம், கருப்புக்கட்டி ஆகியன சேர்த்துத் திரவ வடிவில் ஆக்குவது பாயசம்.

சங்க இலக்கியத்தில் மிளகு, நெய், புளி, ரை, இறைச்சி, கும்மாயம் பற்றிய உணவுக் குறிப்புக்கள் காணக் கிடைக்கின்றன. பக்தி இயக்கத்தின் எழுச்சியோடு தமிழர் உணவு வகையில் பெரிய மாற்றம் நிகழ்ந்திருக்கிறது. லட்டு (இலட்டுவம்), எள்ளுருண்டை, அப்பம் போன்றவற்றைப் பெரியாழ்வார் தம் பாடலில் குறிப்பிடுகிறார். சோழர் காலக் கல்வெட்டுக்களில் சருக்கரைப் பொங்கல் (அக்கார வடிசில்), பணியாரம் ஆகிய உணவு வகைகள் பேசப்படுகின்றன. விசய நகர ஆட்சிக்காலக்

கல்வெட்டுக்களில்தான் இட்டளி (இட்டிலி), தோசை, அதிரசம் போன்ற உணவு வகைக் குறிப்புக்கள் கிடைக்கின்றன. ஆனால் இவை கோயிற் பண்பாட்டைப் பிரதிபலிப்பதனால், பெருவாரியான மக்களின் உணவுப் பழக்கவழக்கங்களை அறிய இவற்றைப் போதிய சான்றுகளாகக் கொள்ளமுடியாது.

திடப் பொருள்களையும் இறைச்சிப் பொருள்களையும் அரைத்தும் துவைத்தும் நீர் குறைத்து அக்கப்படுவன துவையல் என்ற வகையில் அடங்கும். நீரிலே கரைத்த துவையல் இக்காலத்தில் 'சட்டினி' என வழங்கப்படுகிறது. இறைச்சி சேர்த்த துவையல் 'கைமா' என்ற உருதுச் சொல்லால் வழங்கப்படுகிறது.

எளிய மக்கள் நிறைய நீரில் தானியங்களை வேக வைத்து உண்பது (நெல்லரிசி, குறு நொய் அரிசி, சோளம், கம்பம்புல், கேழ்வரகு, வரகரிசி) கஞ்சியாகும். கஞ்சியினை 'நீரடுபுற்கை' என்கிறார் திருவள்ளுவர் (நீர்+அடு+புல்+கை). கஞ்சியில் சேர்க்கப்படும் மற்றொரு பொருள் மோர்.

வற்றல் என்பது மழைக்காலத்திற்கு எனச் சேமிக்கப்பட்ட உணவாகும். காய்கறிகள் நிறையக் கிடைக்கும் காலத்தில் உப்புக் கலந்த மோரில் ஊற வைத்துப் பின்னர் வெயிலில் நீர் வற்றக் காய வைத்துச் சேமிப்பர். வெண்டை, மிளகாய், பாகல், சுண்டை, கொவ்வை, கொத்த வரை, கத்தரி, மணத் தக்காளி ஆகியனவற்றலுக்கு உரிய காய்கறிகள்.

காய்கறி என்ற சொல் காய்களையும் மிளகையும் சேர்த்துக் குறிக்கும். கி.பி. 5ஆம் நூற்றாண்டில்தான் சிலி நாட்டில் இருந்து வந்த மிளகாய் தமிழ் நாட்டிற்குள் புகுந்தது. அதுவரை தமிழர் சமையலில் உறைப்புச் சுவைக்காகக் கறுப்பு மிளகினை (கருங்கறி) மட்டுமே பயன்படுத்தி வந்தனர். இறைச்சி உணவிற்கு அதிகமாகக் கறியினைப் பயன்படுத்தியதால் இறைச்சியே 'கறி' எனப் பின்னர் வழங்கப்பட்டது. வெள்ளை மிளகினைத் (வால்மிளகு) தமிழர் குறைவாகவே பயன்படுத்தியுள்ளனர்.

பழந்தமிழர் உணவு வகைகளைக் கூர்ந்து கவனித்தால் ஓர் உண்மை புலப்படும். தமிழர் உணவு முறைகளில் வறுத்தும், சுட்டும், அவித்தும் செய்யப்படும் உணவுப் பண்டங்களே அதிகமாக இருந்தன. எண்ணெய்யில் இட்ட பண்டங்கள் (குறிப்பாக வடை, பஜ்ஜி, மிக்சர், காரச்சேவு போன்றவை) அண்மைக் காலங்களிலேயே மிக அதிகமாகப் பயன் படுத்தப்பட்டு வருகின்றன. இவற்றின் தயாரிப்பில் பயன்

படுத்தப்படும் நிலக்கடலை எண்ணெய்யும் விசய நகர ஆட்சிக் காலத்திலேயே இங்கு அறிமுகமானது.

'லாலா மிட்டாய்க் கடை' என்பது புதுவகை உணவுகளைத் தமிழ்நாட்டில் அறிமுகம் செய்து வருகிறது. நாயக்க மன்னர்களின் காலத்தில் அவர்களால் தமிழ் நாட்டுக்கு அழைத்து வரப்பட்ட இந்தி பேசும் மக்கள் பிரிவினர் புதிய இனிப்பு வகைகளை அறிமுகப்படுத்தினர். சருக்கரை, கோதுமை, நெய், கடலைமாவு ஆகியனவே இவற்றின் மூலப் பொருள்கள். சருக்கரைக்குப் பதிலாகக் கருப்புக் கட்டி சேர்த்து நாடார் சாதியினர் வைக்கும் இனிப்புக் கடையை மிட்டாய்க் கடை என்றே சொல்வார்கள்.

கிராமப்புறத்து மக்கள் இனிப்பு விற்கும் கடைகளை 'அந்திக்கடை' (மாலை நேரத்துக்கடை) என்றே வழங்கி வந்தனர். லாலா, மிட்டாய் என்பன முறையே இந்தி, உருதுச் சொற்களாகும்.

கடந்த ஐம்பது ஆண்டுகளில் தமிழர் வீட்டுச் சமையலில் எண்ணெயின் பங்கு பெருமளவு அதிகரித்திருக்கிறது. எண்ணெய்ச் சுவையினை இக்காலத் தமிழர்கள் பெரிதும் விரும்புவதால் அவித்தும், வேகவைத்தும், எண்ணெயைச் சேர்க்காமலும் செய்யப்பட்ட உணவுப் பொருள்கள் வேகமாக மறைந்து வருகின்றன. பொருளாதாரச் சந்தையில் எண்ணெய் வணிகம் முக்கிய இடத்தைப் பெறுகிறது. வல்லரசு நாடுகளின் கருவிகள் பலதரப்பட்டவை. அவற்றின் பொருளியல் ஆயுதங்களாகக் காப்பியும், தேநீரும் அவற்றின் துணைப் பொருளான சருக்கரையும் இன்று எல்லா வீடுகளிலும் நுழைந்துவிட்டன.

உணவு என்பது இன்று ஒரு குடும்பத்தின் பழக்கவழக்கமன்று, இனிமை ததும்பும் சருக்கரையானது கியூபா, பிலிப்பைன்ஸ் போன்ற நாடுகளின் வாழ்வுக்கான பற்றுக்கோடு. அமெரிக்கா போன்ற நாடுகளால் இச்சிறிய நாடுகள் ஒடுக்கப்படுவதற்கு அதே சருக்கரை ஒரு கொடுமையான பொருளாதார ஆயுதமாகவும் அமைகிறது. இந்த அரசியல் உண்மையை உணராத தமிழர்கள் உணவுப் பழக்கத்தில் உடல் நலத்தைக் கருதாது, நாவின் சுவையினையே சார்ந்து இருப்பது வீழ்ச்சிக்குரிய வழிகளில் ஒன்று.

உணர்வும் உப்பும்

'உப்புப் பெறாத வேலை' என்று ஒன்றுக்கும் பயனற்றதைக் குறிப்பிடுவார்கள். (உணர்ச்சியற்றவனை உப்புப் போட்டுத்தான் சாப்பிடுகிறாயா? என்றும் கேட்பார்கள்.) ஆனால் மனிதகுல வரலாற்றில் உப்புக்குத் தனி இடம் உண்டு. மனிதனின் நாகரிக வளர்ச்சியில் நெருப்பை உருவாக்கக் கற்றதுபோல உப்பினைப் பயன்படுத்தக் கற்றதும் முக்கியத்துவமுடையதுதான். அப்போதுதான் வேதியியல் என்ற விஞ்ஞானம் தொடக்கம் பெறுகிறது.

உப்பு என்ற தமிழ்ச் சொல்லுக்குச் 'சுவை' என்பதே முதற் பொருள். இனிப்பு, சுசப்பு, துவர்ப்பு என்று சுவைகளெல்லாம் உப்பு என்ற சொல்லை அடியாகக் கொண்டே பிறந்தவை. சமையலுக்குப் பயன்படுத்தப்படும் உப்பிற்கு 'வெள்ளுப்பு' என்று பெயர். பழந்தமிழ் நாட்டுப் பொருளாதாரத்திலும் தமிழ்ப் பண்பாட்டிலும் உப்புக்குத் தனி இடம் உண்டு. பழந்தமிழர் களால் சுவையின் சின்னமாகவும் வளத்தின் சின்னமாகவும் உப்பு கருதப்பட்டது. தன் உருவம் தெரியாமல் பிற பொருள்களோடு கலந்து பயன்தருவது 'வெள்ளுப்பு.'

செய்த வேலைக்கு மாற்றாக நெல்லும் (சம்பாவும்), உப்பும் (அளத்தில் விளைவது) கொடுத்த வழக்கத்தினால்தான் 'சம்பளம்' என்ற சொல் பிறந்தது என்பர். ஆங்கிலத்திலும் ஷீழீணீக்ஷீஹ் என்றசொல் ஷீழீமீ என்பதன் அடியாகப் பிறந்தது என்றும் கூறுவர்.

இன்றும் தமிழ்நாட்டில் பெரும்பாலான சாதியாரிடத்தில் புது மணமகள் தன் கணவன் வீட்டிற்குள் நுழையும்போது ஒரு சிறு ஓலைக்கூடையில் உப்பை எடுத்துக்கொண்டே நுழைகிறாள். அது போலவே புதுமனை புகுவிழாக்களில் உறவினர்கள் அரிசியினையும் உப்பினையும் அன்பளிப்பாகக் கொண்டு வருவர். மதுரை மாவட்டக் கள்ளர்களில் ஒரு பிரிவினர் திருமணத்தை உறுதி செய்யும்போது மணமகன் வீட்டில் இருந்து அரிசியும் உப்பும் கொண்டு செல்கின்றனர்.

ஒருவர் இறந்த எட்டாவது அல்லது பத்தாவது நாளில் இறந்தார்க்குப் படைக்கும் உணவுகளை உப்பில்லாமல் செய்யும் வழக்கம் இன்னமும் பல சாதியாரிடத்து இருக்கின்றது. உப்பு உறவின் தொடர்ச்சிக்கு உள்ள ஒரு குறியீடு ஆகும்.

இறந்தாரோடு உள்ள தொடர்பை அறுத்துக்கொள்ளவே இவ்வாறு செய்கிறார்கள். உப்பு நன்றி உணர்ச்சியின் தோற்றுவாய் ஆகவும் சுருதப்படுகிறது. 'தின்ற உப்பிற்குத் துரோகம் செய்வது' என்பது நன்றி மறந்ததனைக் காட்டும் வழக்குமொழி.

> நன்றி கெட்ட விதுரா – சிறிதும்
> நாணமற்ற விதுரா
> தின்ற உப்பினுக்கே – நாசம்
> தேடுகின்ற விதுரா

என்று பாஞ்சாலி சபதத்தில் பாரதி இந்த நம்பிக்கையைப் பதிவு செய்கிறான்.

பழந்தமிழ் நாட்டின் மிகப் பெரிய சந்தைக்குரிய உற்பத்திப் பொருளாக உப்பு விளங்கியிருக்கிறது. கடற்கரையில் விளையும் உப்பினை வண்டிகளில் ஏற்றிச் செல்லும் 'உமணர்' என்ற வணிகர்களைப் பற்றிய செய்திகள் சங்க இலக்கியத்தில் காணப்படுகின்றன. கிறித்துவுக்கு முற்பட்ட காலத்தைச் சேர்ந்த அழகர் மலைத் தமிழ்க் கல்வெட்டு உப்பு வணிகன் ஒருவனையும் குறிக்கிறது. உப்பு விளையும் களத்திற்கு 'அளம்' என்றும் பெயர். பெரிய உப்பளங்களுக்கு அரசர்களின் பட்டப்பெயர்களைச் சூட்டியிருக்கிறார்கள். அவை பேரளம், கோவளம் (கோ+அளம்) என்று வழங்கப்பட்டுள்ளன. சோழ, பாண்டிய அரசர்கள் உப்புத் தொழிலை அரசின் கட்டுக்குள்ளேயே வைத்திருந்திருக்கிறார்கள். "ஜடாவர்மன் திரிபுவனச் சக்ரவர்த்தி சுந்தர பாண்டியன் காலத்தில் (கி. பி. 1268) அதும்பூர் என்னும் ஜனனாதப் பேரளம், செல்லூர் என்னும் அநபாய சோழப் பேரளம், இடையன் குழி என்னும் இராஜேந்திர சோழப் பேரளம், கூடலூர் என்னும் ராஜநாராயணப் பேரளம், திருநல்லூர் என்னும் கிடாரம் கொண்ட சோழப் பேரளம், வெண்ணாரிகன் சுழி என்னும் ஏழிசை மோகன் பேரளம், சூரைக் காழு என்னும் ஆளப்பிறந்தான் பேரளம் ஆதியவற்றிலிருந்து உப்பு விற்கையில் ஒரு உறை உப்புக்கு ஒரு உழக்கு உப்பு என்னும் விகிதத்தில் சேகரித்துத் திருவதிகை திருவீரட்டானேஸ்வரர் கோயில் திருவமுதுபடிக்கும் கோயில் சீரமைப்பிற்கும் நிவந்தமாக அளிக்கப்பட்டிருக்கின்றன' என்று தொல்லியல் அறிஞர் நடன. காசிநாதன் எடுத்துக்காட்டுகிறார்.

போக்குவரத்து வசதிகள் பெருகாத காலத்தில் உப்பின் விலையும் அதிகமாகவே இருந்திருக்கிறது. 'நெல்லின் நேரே

வெண்கல் உப்பு' என்று பெண் ஒருத்தி விலை கூறி உப்பு விற்பதனைச் சங்க இலக்கியத்தில் பார்க்கிறோம். சோழர் காலத்திலும் நெல்லின் விலையும் உப்பின் விலையும் அருகருகு இருந்தன என்று கல்வெட்டுக்களில் இருந்து தெரிகிறது. இன்றைய பொருளாதாரக் கணக்கில் உப்பின் விலை இப்போது உள்ளதைவிட ஐந்து மடங்கு அதிகமாக இருந்ததாகக் கொள்ளலாம். உப்பு உலோகத்தை அரிக்கும் தன்மை கொண்டதனால் 'மரவை' எனப்படும் மரச்சட்டியிலும் 'கல்மரவை' எனப்படும் மாக்கல் சட்டியிலும் வீடுகளில் உப்பு இட்டு வைக்கப்பட்டிருக்கிறது. இப்பாத்திரங்கள் இப்போது பண்பாட்டு எச்சங்களாக விளங்குகின்றன.

தமிழ்நாட்டின் சமூகப் படிநிலைகளை அடையாளம் காட்டும் பொருள்களில் ஒன்றாகவும் உப்பு விளங்கியுள்ளது. ஆக்கிய சோற்றோடு உப்பைச் சேர்த்து உண்பது ஒரு வழக்கமாகும். சாதிய ஒடுக்கு முறை கடுமையாக இருந்த காலத்தில் ஒடுக்கப்பட்ட சாதியார், சோறு உலையில் இருக்கும்போதே அதில் உப்பையிடும் வழக்கத்தைக் கொண்டிருந்தனர். இலையில் தனியாக உப்பிட்டு உண்ணும் வழக்கம் மேட்டிமையின் சின்னமாகக் கருதப்பட்டது போலும்.

உப்பு வரிக்கு எதிராகக் காந்தியடிகள் சட்ட மறுப்பைத் தொடங்கிய காரணம், உப்பு அனைத்து மக்களையும் (சாதி, சமயம், வர்க்கம் தாண்டி) பாதிக்கக்கூடியது என்பதுதான். உப்பிற்கு இருக்கும் பண்பாட்டு முக்கியத்துவத்தையும் குறியீட்டுச் சிறப்பினையும் சுட்டி, 'உப்புக்கு வரிபோடும் அரசும் ஓர் அரசா' என்று கேள்வி எழுப்பி ஆங்கிலேய அரசு ஆளத் தகுதியற்றது என அதன் தகுதிப்பாட்டைக் கேள்விக்குள்ளாக்கியது தேசிய இயக்கம்.

காந்தியடிகளின் உப்புச் சத்தியாக்கிரகமும், தண்டி யாத்திரையும் இந்திய அரசியல் வரலாற்றின் அழுத்தமான பக்கங்களாகும். தண்டி யாத்திரை நடந்த குசராத்தில் சில ஆண்டுகளுக்கு முன் வெளிநாட்டு நிறுவனமான 'கார்கில்' கம்பெனிக்கு மைய அரசு உப்புத் தயாரிக்க அனுமதி வழங்கியது. குசராத் மக்கள் ஜார்ஜ் பெர்னாண்டஸ் தலைமையில் இந்த அனுமதியை எதிர்த்துக் கிளர்ச்சி செய்ததும், இறுதியில் 'கார்கில்' நிறுவனம் பின்வாங்கியதும் இந்திய வரலாற்றின் வெப்பம் மிகுந்த பக்கங்களாகும்.

உணவும் நம்பிக்கையும்

மனிதனின் அடிப்படைத் தேவைகளான உணவும் நீரும் உலகின் எல்லா நாகரிகங்களிலும் தனித்த இடத்தைப் பெறுகின்றன. தமிழர் பண்பாட்டிலும் உணவு பல்வகையான நம்பிக்கைகளுக்குக் களனாக அமைந்திருக்கிறது.

உணவு சார்ந்த நம்பிக்கைகள் பல வகையாகும். நேரம், கிழமை, பருவகாலம், சடங்குகள், பயணம், விழாக்கள் ஆகியவை சார்ந்து உணவுசார் நம்பிக்கைகள் அமைகின்றன. விலக்கப் பட்டவை, விதிக்கப்பட்டவை என்ற இரு பெரும் பகுப்பில் இவற்றை அடக்கலாம்.

புலால் உண்ணும் சாதியாரும் குறிப்பிட்ட சில நாள்களில் புலால் உணவை விலக்குகின்றனர். வெள்ளி, செவ்வாய் ஆகிய நாள்களில் சிலர் புலால் உணவை விலக்குவர்; சிலர் சனிக் கிழமைகளில் மட்டும் விலக்குவர்; ஆவணி மாத ஞாயிற்றுக் கிழமைகளிலும், புரட்டாசி மாதச் சனிக்கிழமைகளிலும் சிலர் தவிர்த்துவிடுவர். புரட்டாசி அல்லது கார்த்திகை மாதங்களில் முழுமையாகப் புலால் மறுப்பது சிலரது வழக்கம். ஊர்த் திருவிழாவிற்குக் காப்புக் கட்டிய அல்லது கொடியேற்றிய நாள் தொடங்கி விழா முடியும் வரை சிலர் புலால் விலக்குவர்.

அமாவாசை, பௌர்ணமி (கார்உவா, வெள்உவா) நாள்களில் பொதுவாகப் பெண்கள் புலால் உணவு விலக்கும் வழக்கம் உடையவர்கள். இம்மரபுகளை அடியொற்றித் தமிழ் கிறித்தவர்களும் 'லென்ட்' (121) எனப்படும் நோன்புக் காலத்தில் புலால் உணவை அறவே விலக்குவது சில இடங்களில் வழக்கமாக உள்ளது. இந்த நோன்புக் காலம் என்பது இயேசுநாதர் சிறைப்பட்டது முதல் உயிர்த்தெழுந்தது வரையிலான 40 நாள்களாகும். கிறித்தவ முதியவர் சிலர், இயேசுநாதர் சிலுவையில் மரித்தது ஒரு வெள்ளிக்கிழமை என்பதால் அந்த நாளில் புலால் விலக்கும் வழக்கம் உடையவர்களாக இருக்கின்றனர். கத்தோலிக்க கிறித்தவர்களிடையேதான் பெரும்பாலும் இவ்வழக்கத்தைக் காண முடிகிறது.

இரவில், 'உப்பு' என்ற சொல்லைச் சொல்லக் கூடாது, இரவிலே அடுத்த வீட்டாருக்கு மோர் கொடுத்தல் கூடாது. தவிர்க்க முடியாத நேரத்தில் சிறிது வெள்ளை உப்பினை அதற்கு

மாற்றாக வாங்கிக் கொண்டு கொடுக்கலாம். புதுமனைக்கு உள்ளே மணமகன் முதலில் கொண்டு செல்ல வேண்டிய பொருள் உப்புதான். இவை உப்பு குறித்த சில நம்பிக்கைகள். உப்பு, உறவுக்கும் செழிப்புக்கும் அடையாளமாகக் கருதப்பட்டது. எனவே சில சாதியார் இறந்தார்க்குப் படைக்கும் உணவில் உப்புச் சேர்ப்பதில்லை.

விருந்தாளிகளுக்குப் படைக்கும் உணவில் பாகற்காய், பயறு வகைகள், அகத்திக்கீரை ஆகியவற்றைச் சேர்ப்பதில்லை. இறப்பு நிகழ்ந்த வீடுகளில் அன்றும், மறுநாளும் உணவில் அகத்திக்கீரை சேர்ப்பர். அகத்திக்கீரையும் பயறு வகைகளும் இறப்போடும் இறந்தவர் உணவோடும் தொடர்புபடுத்தப்படுகின்றன. எனவே அவற்றை விருந்தாளிகளுக்குப் படைப்பதில்லை. தென் மாவட்டங்களில் ‘பயறு அவித்தல்’ என்பது இறப்பைக் குறிக்கும். விழாக்காலங்களிலும் உணவில் பயறு வகைகள் (கடலை, தட்டை) பெரும்பாலும் தவிர்க்கப்படுகின்றன.

தொன்மையான பயிர் வகைகளில் ஒன்றான சுரையின் காயினைப் புலால் போன்றது எனக் கருதித் தமிழ்நாட்டு பிராமணர் முற்றிலுமாக விலக்கி விடுகின்றனர். புலால், மீன் ஆகியவற்றோடு சேர்க்கப்படும் காய்கறி இது. ஆதலால் இதனை விலக்குகின்றனர் போலும்.

போக்குவரத்து வசதி பெருகாத காலங்களில் பயணத்தின் போது இரண்டு அல்லது மூன்று பொழுதுக்குக் கட்டுச்சோறு கட்டிக்கொண்டு செல்லும் வழக்கம் இருந்தது. காட்டுவழியில் உள்ள தெய்வங்களும் ஆவிகளும் கட்டுச்சோற்று உணவைத் தீண்டாமல் பாதுகாக்க, சோற்றின்மீது ஒரு அடுப்புச் கரித்துண்டினை உடன் வைத்துக் கட்டுவர்.

பெரும்பாலான சாதியார் விருந்தாளிகளுக்கு உணவு பரிமாறும்போது முதலில் உப்பினை வைப்பர், ஒன்றிரண்டு சாதிகளில் முதலில் சோற்றினை வைக்கும் வழக்கமுண்டு.

இவையேயன்றித் தெய்வங்களும் விழா நாள்களும் நோன்பு நாள்களும் வெவ்வேறு வகையான உணவுகளோடு தொடர்புபடுத்தப்படுகின்றன. மார்கழி மாதத்தின் திருவாதிரை நாள் சிவபெருமானுக்கு உரியதாகக் கருதப்படுகிறது. அந்நாளில் உளுந்து மாவினால் செய்த களி வீட்டு உணவில் சிறப்பிடம் பெறுகிறது. ‘திருவாதிரைக்கு ஒரு வாய்க்களி’ என்பது தென் மாவட்டங்களில் பெருக வழங்கும் சொல்லடை. கார்த்திகை

மாதத்துக் கார்த்திகை நாள் முருகனுக்கு உரிய திருநாள். அந்நாளில் கார்த்திகைப் பொரியும் இடித்த மாவினால் ஆன பிடிகொழுக்கட்டையும் விளக்கு முன் படைக்கப்படுகின்றன. பிள்ளையார் வழிபாட்டிற்கு உரிய கொழுக்கட்டை மோதகம் எனப்படும். அது அரைத்த மாவில் உள்ளே இனிப்பிட்டுச் செய்யப்படுவது.

மாசி மாதத்தில் வரும் சிவராத்திரியில் அரிசியை இடித்துச் செய்யும் உலர்ந்த அவல் சிறப்பான உணவாகக் கருதப்படுகிறது. தென் மாவட்டங்களிலும் கேரளத்திலும் சித்திரை முதல் நாள் திருநாளாகக் சருதப்படுகிறது. அந்த நாளுக்கு உரிய உணவு, ஊற வைத்து இனிப்பிட்ட அரிசி அவல். ஆடிமாதப் பதினெட்டாம் பெருக்கன்று உளுந்து முதலான பல புஞ்சைத் தானியங்களையும் தரித்து இனிப்புக் கூட்டிச் செய்த ஒருவகைப் பாயாசம் சிறப்புச் சிற்றுணவாகக் கருதப்படுகின்றது. இதனைக் 'கும்மாணம்' என்பர். (இதுவே இலக்கியத்தில் 'கும்மாயம்' எனப்படும்.) நயினார் நோன்பு எனப்படும் சித்திரகுப்த நயினார் நோன்பு அன்று (சித்திரை முழு நிலவுக்கு மறுநாள்) காலை உணவில் எள் அல்லது எள்ளுப் பிண்ணாக்கு, கருப்புக் கட்டி ஆகியவை உணவோடு சேர்த்துப் பரிமாறப்படுகின்றன. அகத்திக்கிரையினையும் பயறு வகைகளையும் போல எள்ளும் இறப்போடும் இறப்புச் சடங்குகளோடும் தொடர்புபடுத்தப்பட்ட ஒரு தானியமாகும். இறந்த மனிதனின் பாவ புண்ணியக் கணக்குகளைப் பதிவு செய்து கடவுளிடம் ஒப்படைக்கும் பொறுப்புடையவர் சித்திரகுப்தன். எனவே இறப்போடு தொடர்புடைய எள்ளுப் பிண்ணாக்கு அவருக்கு உரிய நாளில் படைக்கப்படுகிறது.

ஆடி அறுதி எனப்படும் ஆடி மாதக் கடைசி நாளிலும் தைப்பொங்கலுக்கு மறுநாளான கரி நாளிலும் விருப்பத்துடன் புலால் உண்ணுவது தமிழர் வழக்கமாகும்.

மகப்பேற்றுத் தீட்டுக் கழிக்கும் நாளில் விளக்கு முன்னர்ப் படைக்கப்படும் உணவினை ஆண்கள் பார்ப்பதும் உண்பதும் கூடாது. இது சடங்கு சார்ந்த உணவாகும். இதனைப் போலவே 'ஔவையார் நோனபு' எனப் பெண்கள் மட்டும் கூடி நடத்தும் வழிபாட்டில் படைக்கும் அவித்த உணவு வகைகளும் ஆண்களின் பார்வையில் படக்கூடாது என்னும் நம்பிக்கை பெண்களிடம் ஆழமாக வேரூன்றியுள்ளது.

எண்ணெய்

தமிழர்களின் உணவுப் பழக்க வழக்கத்தில் இன்றியமையாது இடம்பெறும் பொருள்களில் ஒன்று எண்ணெய். வனஸ்பதி, சளம்பனை எண்ணெய் (பாமாயில்) ஆகியவை மிக அண்மைக் காலத்தில் தமிழர் சமையலில் செல்வாக்குப் பெற்றுள்ளன. பழந்தமிழர் பயன்படுத்திய எண்ணெய் வித்துக்கள் எள், ஆமணக்கு, வேம்பு, புன்னை, இலுப்பை ஆகியனவே. பின்னர் தேங்காயும், 15ஆம் நூற்றாண்டுக்குப் பிறகு நிலக்கடலையும் எண்ணெய்வித்தாகப் பயன்படுத்தப்பட்டு வருகின்றன.

'எண்ணெய்' என்பது எள்ளிலிருந்து பெறப்படும் நல்லெண்ணெயை மட்டுமே முதலில் குறித்தது. பாலிலிருந்து பெறப்படும் நெய்யிலிருந்து வேறுபடுத்த, இதை 'எள் நெய்' என வழங்கினர். கிறித்துவின் சமகாலத்திலும் அதற்கு முன்னரும் பசு நெய், எருமை நெய், நல்லெண்ணெய் ஆகியவையே தமிழர் சமையலில் பயன்பட்டு வந்திருக்கின்றன. இவற்றுள் நல்லெண்ணெய் தலையில் தேய்த்துக்கொள்ளவும் பயன்பட்டது. 'பாறு மயிர்க்குடுமி எண்ணெய் நீவி' (புறம்) என வரும் தொடரால் தலையில் நல்லெண்ணெய் தேய்க்கும் வழக்கம் அக்காலம் தொட்டு வழக்கில் இருந்ததை அறிகிறோம். பனையும் எள்ளும் தமிழகத்தின் தொன்மையான புன்செய்க் காட்டுப் பயிர்கள். இவையிரண்டும் ஒரே நிலத்தில் பயிராவன என்பதும் குறிப்பிடத்தக்கது.

ஆமணக்கு வித்தினைச் செக்கிலிட்டு ஆட்டிப் பெறப்பட்ட விளக்கெண்ணையும், வேப்பெண்ணெயும் தலையில் தேய்த்துக் கொள்ளவும் மருந்துப் பொருளாகவும் பயன்படுத்தப்பட்டன. புன்னை எண்ணெயும், விளக்கெண்ணெயும் விளக்கு எரிக்க மட்டுமே பயன்படுத்தப்பட்டன.

கி.பி. 5ஆம் நூற்றாண்டுக்குப் பின்னரே 'மணிலா' எனப்படும் நிலக்கடலை பயிரிடப்பட்டு, எண்ணெய் வித்தாகப் பயன்படுத்தப் பெற்றிருக்கிறது.

பக்தி இயக்கம் தோன்றிய காலத்தில் பார்ப்பனர் வீடுகளிலும் கோயில்களிலும் பாலிலிருந்து பெறப்பட்ட நெய் மட்டுமே சமையலுக்குப் பயன்படுத்தப்பட்டிருக்கிறது. சங்க இலக்கியத்தில் கூடப் பார்ப்பனர் வீடுகளில் மாதுளங்காயினை நெய்யிலே பொரித்த செய்தி கூறப்பட்டுள்ளது; பக்தி இயக்கக் காலத்தில்

சாதியப் படி நிலைகள் கடுமையாக வகுக்கப்பட்டபோது, செக்கினைத் தொழிற் கருவியாகக் கொண்டு எண்ணெய் எடுக்கும் சாதியார் கீழ்ச்சாதியாகக் கருதப்பட்டனர். 13ஆம் நூற்றாண்டு வரையிலான கல்வெட்டுக்கள் இவர்களைச் சக்கரப்பாடியார், சங்கரப்பாடியார் என்று குறிக்கின்றன. கி.பி. 12ஆம் நூற்றாண்டில் எழுந்த தாராசுரம் கோயிற் சிற்ப வரிசையில் கலியநாயனார் செக்காட்டும் சிற்பமும் செதுக்கப்பட்டுள்ளது.

இடைக்காலத்தில் எண்ணெய் அமங்கலப் பொருளாகக் கருதப்பட்டது. எண்ணெய் விற்போர் எதிரில் வருவது நல்ல சகுனம் இல்லை எனவும் கருதப்பட்டது. இக்காலத்தில் எண்ணெய் விற்கும் சாதியார், 'செட்டியார்' என்ற சாதிப் பெயரை இட்டுக் கொள்கின்றனர். அக்காலத்தில் அவர்களுக்குச் 'செக்கார்' என்றும் பெயருண்டு.

சோழ, பாண்டியப் பேரரசர்கள் காலத்தில் எண்ணெய் உற்பத்தி அரசால் கட்டுப்படுத்தப்பட்டிருக்கிறது. கல்லினால் ஆன மிகப் பழைய செக்குகள் எழுத்துக்களோடு கிடைத்துள்ளன. தருமபுரி மாவட்டக் கல்வெட்டு ஒன்றில் 'இறையமன் இட்ட செக்கு' என்ற தொடர் காணப்படுகிறது.

மதுரை மாவட்டம் கருங்காலக்குடியில் 'ஸ்ரீ வழுதி வளநாட்டு மிழலூர் அப்பனுழஞ் சுரபி நாட்டு நெல்வேளூர்ப் பொற்கொடி வீரர் பேரால் இட்ட செக்கு' என்ற கற்பொறிப்புடன் கூடிய ஒரு செக்கு கண்டுபிடிக்கப்பட்டு, இப்பொழுது மதுரைத் திருமலை நாயக்கர் மகாலில் வைக்கப்பட்டுள்ளது. இவற்றிலிருந்து அரசியல் அதிகாரிகளே கல்செக்கு அமைக்கும் உரிமையினைப் பெற்றிருந்தனர் எனத் தெரிகிறது. எளிய குடிகள் தம் தேவைக்கு மரச்செக்குகளைப் பயன்படுத்தியிருக்க வேண்டும். செக்கின் மீது இடப்பட்ட வரி 'செக்கிறை' என்னும் 'செக்காரப்பாட்டம்' என்றும் கல்வெட்டுக்களில் பலமுறை குறிப்பிடப்படுகிறது.

பிற்காலக் கல்வெட்டுக்களில் கோயில்களின் எண்ணெய்த் தேவைக்காகக் கோயில்களுக்கு இலுப்பைத் தோப்புகள் இருந்ததனை அறிகிறோம். புன்னைக்காய் எண்ணெயினை அடித்தளத்து மக்கள் நிறையப் பயன்படுத்தியிருக்க வேண்டும் எனத் தெரிகிறது. அண்மைக்காலம் வரை மாட்டின் காம்புகளில் புன்னைக் காய் எண்ணெயே தடவப் பட்டுப் பால் கறக்கப்பட்டது.

தேங்காயிலிருந்து பெறப்படும் எண்ணெய் இரண்டு வகையாகத் தயாரிக்கப்படுகிறது. தேங்காயைப் பூவாகத் துருவி நீர் சேர்த்து அரைத்துப் பாலாக்கி அந்தப் பாலை அடுப்பிலிட்டுக் காய்ச்சி எடுக்கப்படுவது தேங்காய் நெய் ஆகும். இது மேல் சாதியினரின் வீடுகளில் வழக்கமாக இருந்தது. இதன் தயாரிப்புச் செலவும் அதிகம். தேங்காயை வெயிலில் இட்டுக் காயவைத்து, செக்கிலிட்டு ஆட்டி எண்ணெய் எடுப்பது மற்றொரு முறை. பக்தி இயக்கக் காலத்தில் கூடக் கோயில்களில் தேங்காய் எண்ணெய் பயன்படுத்தப்பட்டதாகத் தெரியவில்லை. சமையலுக்குப் பசு நெய்யும், விளக்கெரிக்கப் பசு நெய்யும், இலுப்பை எண்ணெயும் பயன்படுத்தியுள்ளனர்.

சமையலில் கடலை எண்ணெயைப் பயன்படுத்தும் வழக்கம் விசய நகரப் பேரரசு காலத்திலேயே ஏற்பட்டது எனக் கொள்ளலாம். இறந்தவர்களின் நினைவைக் கழிக்கும் வண்ணம் எண்ணெய் தேய்த்துக் குளிப்பதும் இக்காலத்திலேயே தோன்றியிருக்க வேண்டும். பழைய நூல்களிலும் கல்வெட்டுக்களிலும் இவ்வழக்கம் இருந்ததற்கான சான்றுகள் கிடைக்கவில்லை.

சோறு விற்றல்

சோறு, அவிழ்பதம் ஆகிய இரண்டு சொற்களும் பழைய இலக்கியங்களில் வழங்குகின்றன. இன்று நெல்லரிசிச் சோறு மட்டுமே சோறு என்ற பொருளில் வழங்கப்படுகிறது. ஆனால் புஞ்சை நிலத்தில் வாழும் மக்கள் கம்பு, சோளம், குதிரை வாலி ஆகிய தானியங்களைச் சமைத்து உண்ணும்போது கம்பஞ் சோறு, சோளச்சோறு, குதிரை வாலிச்சோறு என்றே கூறு கின்றனர். அதுவும் அன்றிக் கற்றாழையின் சதைப் பற்றினையும், பனை, தென்னை ஆகிய மரங்களில் திரட்சியில்லாத சதைப் பற்றினையும் ‘சோறு’ என்றே வழங்குவர்.

‘அரிசி’ என்னும் சொல்லும் நெல் அரிசியை மட்டுமல்லாது, அவித்து உண்ணும் சிறிய தானியங்கள் அனைத்தையும் குறிக்கும். ‘அரி’ என்னும் வேர்ச்சொல்லுக்குச் ‘சிறிய’ என்பதே பொருள் (அரி மணல், அரி நெல்லிக்காய்), வெள்ளைப் பூண்டின் சிறிய கீற்றுக்களையும் வெள்ளைப் பூண்டு அரிசி என்று பெண்கள் கூறும் வழக்கமுண்டு.

இன்று எல்லா ஊர்களிலும் உணவு விற்கும் கடைகள் உள்ளன. சில ஊர்களில் குடிநீரும் விற்பனைப் பொருளாகி விட்டது. தமிழர் பண்பாட்டில், 'சோறும் நீரும் விற்பனைக்கு உரியவையல்ல' என்ற கருத்து இலக்கியங்களைக் கூர்ந்து நோக்கும்போது தெரிகிறது. வறியார்க்குச் சோறிடுதல் அறம் என்கிற கோட்பாடு மட்டுமே திரும்பத் திரும்ப வலியுறுத்தப்படுகிறது. கிராமப்புறங்களில் ஊர் மடத்தில் (சாவடி) வழிச் செல்வோர் யாரும் உண்ணாமல் இரவில் படுத்திருந்தால் ஊர்க்காரர்கள் 'இரவுச்சோறு' கொடுக்கும் வழக்கம் ஐம்பது அறுபது ஆண்டுகளுக்கு முன்புவரை நடைமுறையில் இருந்திருக்கிறது. தங்கள் இடத்தில் இரவில் பசியோடு யாரும் உறங்கச் செல்வது தங்களுக்கு மானக்கேடு என்று கருதியுள்ளனர். சிறுகுடிக் கிழான் பண்ணான் வறியார்க்குச் சோறளித்த செய்தி சங்க இலக்கியத்தில் பேசப்படுகிறது. 'உயிர் மருந்து' எனச் சோற்றினை வருணிக்கும் மணிமேகலை வறியவர்க்கும் ஊனமுற்றோர்க்கும் கைவிடப் பட்டவர்க்கும் நோயாளிக்கும் உணவளிக்க வேண்டும் என்று வலியுறுத்துகிறது. தமிழ்நாட்டில் புகுந்த சமண சமயமும் நால்வகைச் கொடைகளில் (சோறு, மருந்து, கல்வி, அடைக்கலம்] உணவுக் கொடையையே முதலாவதாகப் பேசுகிறது. 'அன்னதானம்' செய்யும் வழக்கம் சமணர்களால் தமிழ்நாட்டில் அறிமுகப்படுத்தப்பட்டதாகும். பக்தி இயக்கத்தின் எழுச்சியோடு கோயில்களில் அடியார்க்கு உணவு வழங்கப்பட்டிருக்கிறது என்பதனை "அன்னம் பாலிக்கும் தில்லைச் சிற்றம்பலம்' என வரும் அப்பர் தேவாரத்தால் அறியலாம்.

ஒன்பதாம் நூற்றாண்டு முதல் நெடுவழிகளில் அமைந்த தாவளங்களையும் (சத்திரங்களையும்) மடங்களையும் காண்கின்றோம். விசய நகர மன்னர் வருகைக்குப் பின்னர் கி.பி, 5ஆம் நூற்றாண்டு அளவில்தான் சத்திரங்களில் சோறு விற்கப்பட்ட குறிப்புக்களைக் காண முடிகிறது. பிற்காலச் சோழர் சுல்வெட்டுக்களில் கோயில்களிலும் மடங்களிலும் 'சட்டிச் சோறு' வழங்கிய செய்தி குறிக்கப்படுகிறது. இவ்வழக்கம் 18ஆம் நூற்றாண்டின் நடுப்பகுதி வரை நடைமுறையில் இருந்துள்ளது. அக்காலம் வரை சோறும் நீரும் மட்டுமே இந்த விற்பனை விதிவிலக்கைப் பெற்றிருக்கின்றன. சாலையோரக் கடைகளில் பிற உண்பண்டங்கள் விற்கப்பட்ட செய்தி சிலப்பதிகாரத்திலேயே பதிவாகி இருக்கிறது.

இதுவன்றி, 'பெருஞ்சோறு' என்னும் சொல்லும்

இலக்கியங்களில் காணப்படுகிறது. இது அரசன் போருக்குச் செல்லுமுன் வீரர் அனைவரோடும் கூடி உண்டதைக் குறிக்கிறது. எனவே இது ஒரு போர்ச்சடங்கு நிகழ்ச்சியாகச் செய்யப்பட்டது எனத் தோன்றுகிறது. இந்த உணவு ஊனும் சோறும் கலந்தது என்பதனை 'ஊன்துவை அடிசில்' என்று குறிக்கிறது பதிற்றுப்பத்து.

விசய நகரப் பேரரசு காலம் தொடங்கித் தமிழ்நாட்டுச் சத்திரங்களில் சோறு விற்கப்பட்டு, பின்னர் ஆங்கிலேயர் ஆட்சிக் காலத்தில் 'ஹோட்டல்' எனப்படும் உணவு விடுதிகள் தொடங்கப்பட்டன. கடந்த நூற்றாண்டின் பிற்பகுதியில்தான் நகரங்களிலும், சிறு நகரங்களிலும் காசுக்குச் சோறு விற்கும் கடைகள் உண்டாயின. அப்பொழுதும்கூட, பிராமணரும் பிராமணரை அடுத்த மேல் சாதியினரும், முசுலிம்களும் தங்கள் தங்கள் சாதியினருக்கு மட்டுமே உரிய உணவகங்களை நடத்தி வந்திருக்கின்றனர். நாட்டு விடுதலைக்குப் பின்னரே பிற சாதியார் உணவகம் நடத்தும் தொழிலை மேற்கொள்ளத் தொடங்கினர். நாட்டு விடுதலைக்குப் பின்னரும் பிராமணர் மட்டும் உண்ணும் உணவகங்கள் இருந்தன. அவற்றை எதிர்த்துப் பெரியார் ஈ.வெ.ரா.வின் தொண்டர்கள் மறியல் செய்தபின் அவ்வழக்கம் கைவிடப்பட்டது நாமறிந்த செய்தியே.

பிச்சை

முகத்தில் சோகம் இழையோடப் பல்லைக் காட்டியும், தாழ் மொழிகளைச் சொல்லியும் கைவிரித்து நீட்டியும் பிச்சையெடுத்தல் மிகக் கேவலமான செயலாகத் தமிழ்ச் சமூக அமைப்பில் கருதப்பட்டது. 'கேட்க வாயில்லாத பசுவிற்குத் தண்ணீர் கேட்டுப் பிச்சையெடுப்பதும் கேவலமானது' என்கிறார் திருவள்ளுவர்.

ஆவிற்கு நீரென்று இரப்பினும் நாவிற்கு
இரவின் இளிவந்தது இல்

என்பது திருக்குறள். இன்றும்கூடப் 'பிச்சைக்காரப்பயல்', 'பிச்சையெடுக்கப் போ' என்ற தொடர்கள் வசையாகவே பயன்படுத்தப்படுகின்றன.

'இரவலர்' என்பது சங்க இலக்கியத்தில் ஏழையரான கலைஞர்களைக் குறிக்கவே வந்துள்ளது. ஏன் என்றால், எதுவும் இன்றிப் பிச்சையெடுத்தல் என்ற வழக்கம் தமிழ்நாட்டில்

இருந்ததாகத் தெரியவில்லை. சமண மதத்தின் துறவிகள் மூலமாகவே இவ்வழக்கம் பரவியிருக்க வேண்டும். சமண மதக் கருத்துக்களை அறிந்த திருவள்ளுவர்தான் 'பிட்சை' என்ற வடசொல்லுக்கு நேரான தமிழ்ச் சொல்லாக 'இரத்தல்' என்பதைப் பயன்படுத்துகிறார். முற்றும் துறந்த துறவிகள் பசித்தபோது பிச்சையெடுப்பதைச் சமண மதம் அனுமதித்தது. இல்லறத்தார் அவர்களுக்குப் பிச்சையிடுவதைப் பெரும் பேறாகக் கருதவும் வைத்தது. பௌத்த மதத் துறவிகளும் பிச்சை ஏற்று வாழ்ந்தனர். கௌதம புத்தரும் பிச்சை ஏற்று உண்டிருக்கிறார்.

வறுமை காரணமாகப் பிச்சையேற்று உண்ணும் நிலைக்கு வந்த யாரும் அதைத் தாம் பிறந்து வளர்ந்த ஊரில் செய்வதில்லை. மரபுவழி வந்த 'மானம்' என்னும் சமூக மதிப்பீடே இதற்குக் காரணமாகும். ஒவ்வொரு உரிலும் முகமறியாத தூரத்து ஊரில் இருந்து வந்தவர்களே பிச்சையெடுப்பது வழக்கம். இவர்களைக் குறிக்கவே 'பரதேசி' (பிற தேசம் அல்லது பகுதியைச் சேர்ந்தவர்) என்ற சொல் உருவாகியது.

முதன்முதலாகப் பிச்சையெடுப்பதை நிறுவனரீதியாகச் சமண மதமே அங்கீகரித்தது. அம்மதமே நால்வகைத் தானங்களில் ஒன்றாக அன்னதானத்தையும் ஆக்கியது. ஆடையில்லாத சமணத் துறவிகள் பிச்சை கேட்டு வரும்போது பெண்கள் கதவை அடைத்துக்கொண்டு வீட்டுக்குள் ஓடியுள்ளனர். 'காவிசேர்கண் மடவார் கண்டோடிக் கதவடைக்கும் சுன்வனானேன்' என்று திருநாவுக்கரசர் தாம் திகம்பர சமணராகப் பிச்சையெடுத்த வரலாற்றைப் பாடுகிறார்.

சமண மதத்தைச் சாய்த்தெழுந்த சைவ மதமும் 'பிச்சை' என்ற கோட்பாட்டைப் பின்னர் ஓரளவு ஏற்றுக்கொண்டது. சிவபெருமான் ஆடையின்றி, தாருகாவனத்தில் பிச்சையெடுக்கச் சென்றதாகக் கதைகள் புனையப்பட்டன. தமிழ் நாட்டு வைணவமும் பிற்காலத்தில் துறவிகள் பிச்சையெடுத்து உண்பதை அனுமதித்தது. (ஆயினும் நிர்வாணத்தை அங்கீகரிக்க வில்லை.) இராமானுசர் போன்ற வைணவப் பெருந் துறவிகள் பிச்சையேற்று நின்றிருக்கின்றனர். சமண, பௌத்த மதத் துறவிகள் வெந்த உணவை மட்டும் பிச்சையேற்றிருக்கின்றனர். பிச்சையேற்பது ஆணாக இருந்தாலும் பிச்சையிடும் பணி பெண்களுக்கு உரியதாகவே அமைந்திருந்தது. மணிமேகலை

காட்டும் 'அமுதசுரபி' எனும் பாத்திரத்தில் ஆதிரை என்னும் பெண்ணே முதலில் சோற்றுப் பிச்சை இடுகிறாள். பெண்ணின் கையினால் பிச்சை பெறுவதால் பிச்சைக்கு 'மாதுகரம்' என்ற வடமொழிப் பெயரையும் இட்டு அழைத்தனர். 'உடையவர் மாதுகரத்துக்கு எழுந்தருளினார்' என்பது வைணவ வழக்கு.

பழங்குடி மக்களிடத்தில் பிச்சை எடுக்கும் வழக்கம் இல்லை. சமத்துவமற்ற, நாகரிகமடைந்த (?) சமூகங்களில் மட்டுமே பிச்சை எடுக்கும் வழக்கம் தோன்றியிருக்கிறது. எல்லா வகையான உற்பத்தி உறவுகளிலிருந்தும் விலகி நின்ற துறவிகளுக்கு அது தேவையாக இருந்ததனால் சமயங்களின் வளர்ச்சியோடு பிச்சை எடுக்கும் வழக்கத்துக்குச் சமய அங்கீகாரமும் கிடைத்திருக்கிறது. தமிழநாட்டில் 'பிச்சை' புகுந்த கதை இதுதான்!

தெங்கும் தேங்காயும்

தமிழ் நாட்டில் இன்று பரவலாகக் காணப்படும் மாங்களில் ஒன்று தெங்கு. கடற்கரைப் பகுதி தொடங்கி மலையடிவாரம் வரை தென்னந்தோப்புகள் பரவலாகக காணப்படுகின்றன. மிக நீண்ட காலம் வாழும் பயிரினங்களில் இதுவும் ஒன்று. தென்னை மரத்தின் வயதைக் கணக்கிட அதன் உயரமும் கணுக்களும் அளவாகக் கொள்ளப்படுகின்றன.

தமிழர்களின் அன்றாட உணவிலும் தேங்காய் இடம் பெறுகிறது. கோயில் வழிபாடுகளில் அர்ச்சனைக்குரிய பொருள்களில் இது தவறாமல் இடம்பெறுகிறது. இஃதன்றிப் பிள்ளையார் கோயில்களிலும் சிறுதெய்வக் கோயில்களிலும் தேங்காயை விடலையாக எறிவதும் (உடைப்பதும்) நாள்தோறும் நடைபெறுவதாகும். நாட்டுப்புற வழிபாடுகளில் தென்னம்பாளை (தென்னம்பூரி) செழிப்பின் சின்னமாகத் தவறாது இடம் பெறுகிறது. உயிர்ப் பொருள்களின் விரைவான வளர்ச்சியைக் குறிக்க இன்றும் 'கிணற்றடித் தென்னை'யைப் பேச்சு வழக்கில் உவமையாகக் கூறுவர். எனவே இதனைத் தமிழர் வாழ்வில் இரண்டறக் கலந்த பயிரினம் எனலாம்.

பயிரியல் ஆராய்ச்சியாளர்கள் வங்கக் கடல் நீவுகளிலிருந்து கடல்வழியாகத் தென்னை தமிழ்நாட்டில் பரவி இருக்கலாம் எனக் கருதுகின்றனர். தென்தமிழ்நாட்டில் யாழ்ப்பாணம் தேங்காய் மிகச் சிறப்பாகப் பேசப்படுகின்றது. யாழ்ப்பாணம் தேங்காயின் மிகப்பெரிய ஓடுகளைப் பிச்சைக்காரர்கள்

திருவோடாகப் பயன்படுத்துகின்றனர்.

இத்தகைய சிறப்பு வாய்ந்த இப்பயிர் பற்றிய குறிப்பு தொல்காப்பியத்திலும் சங்க இலக்கியத்திலும் ஒன்றுகூட இல்லை என்பதுதான் மிகுந்த வியப்புக்குரியது. கி.பி. ஏழாம் நூற்றாண்டளவில் எழுந்த பக்தி இலக்கியத்திலும் கோயில்களில் தேங்காய் உடைத்தல் பற்றிய குறிப்புக்களே இல்லை. ஆயினும் அக்காலத்தில் தமிழ்நாட்டில் தெங்கு நன்கு அறிமுகமாகியிருந்த பயிர்தான். முதலாம் நந்தி வர்மனின் கி.பி. ஏழாம் நூற்றாண்டைச் சேர்ந்த தண்டந்தோட்டம் செப்பேடுகளில் ''இம்மனை உள்ளிட்ட தெங்கும் பனையும் ஈழவர் ஏறப் பெறாராகவும்' என்ற செய்தி காணப்படுகிறது. 'தெங்கு நின்ற நந்தவனம்' என்ற தொடரையும் முதன்முதலாக இக்காலத்திலே தான் காண்கிறோம். எனவே, அக்காலத்தில் தமிழ்நாட்டின் பழைய மரமான பனை போலவே தென்னையும் ஓலைக்கும் கள்ளுக்கும் சமையல் கூட்டுக்கும் விறகுக்குமான பயிரினமாகக் கருதப்பட்டு வந்துள்ளது. கி.பி. 10ஆம் நூற்றாண்டுக் கல்வெட்டுக்களில் கோயிலுக்குரிய படையல் பொருள்களில் ஒன்றாக வாழைப்பழம் பேசப்படுகிறது. ஆனால், கோயிலுக்குள் தேங்காய் படையல் பொருளாக்கி கொள்ளப்படவில்லை என்று தெரிகிறது. எனவே, பின்னர் வந்த விசயநகரப் பேரரசின் ஆட்சிக் காலத்திலேயே தேங்காய் இறைவனுக்குரிய படையல் பொருளாக ஆக்கப்பட்டுள்ளது

இன்று உள்ள நாட்டுத்தென்னை வகைகளுள் ஒன்றின் பெயர் 'நக்கவாரி' என்பதாகும். நக்கவாரம் என்பது நிக்கோபார்த் தீவு. இது முதலாம் இராசேந்திரனால் வெற்றி கொள்ளப்பட்டதாகும். 'தேனமர் பொழில்சூழ் மாநக்கவாரம்' என்பது அவனது மெய்க்கீர்த்தித் தொடர். நக்கவாரித் தென்னை அவனது படையெடுப்பின் விளைவாகத் தமிழ் நாட்டிற்குக் கொண்டு வரப்பட்ட வகையாக இருக்கலாம். (அதியமான் மரபினர் வெளிநாட்டிலிருந்து கரும்புப் பயிர் கொண்டு வந்ததைச் சங்க இலக்கியம் குறிப்பிடுகிறது. சீனாப்புல், சீனாக்காரம், சீனாக் கற்கண்டு, சீனாப்பட்டு, சனாப்பொம்மை, சீனாக் களிமண் என்பனபோலப் பிறநாடுகளிலிருந்து ஏராளமான பொருள் வகைகளும், பயிர் வகைகளும் அறிமுகமாகியுள்ளன)

தென்னை ஓலைகளைக் கொண்டு அழகுபடப் பந்தல் அமைக்கும் கலையும் வளர்ந்திருக்கிறது. மதுரைப் பெருநகரத் திற்குள் இவ்வகையான பந்தல் அமைத்தவர்கள் வாழ்ந்த

தெரு 'தென்னோலைக்காரர் தெரு' என்ற பெயரில் இன்றும் விளங்குகிறது. தென்னைகள் நிறைந்த தஞ்சை மாவட்டத்தில் இன்னும் இக்கலை உயிருடன் விளங்குகிறது.

தெங்கும் பனையும் ஏறித் தொழில்செய்யும் சாதியாரை வட மாவட்டங்களில் 'ஈழவர்' என்ற பெயரில் பல்லவர் செப்பேடு குறிப்பிடுகின்றது. இப்பிரிவினரே இன்று 'கிராமணி' என அழைக்கப்படுகின்றனர். தென்னை வளம் மிகுந்த கேரளத்தில் தென்னைத் தொழில் செய்யும் பிரிவினர் இன்றளவும் ஈழவர் என்றே அழைக்கப்படுகின்றனர். (தென் மாவட்டங்களில் பனையும் பனைத்தொழிலுமே மிகுதி. பனைத் தொழிலாளர் 'நாடார்' என்ற பெயரில் அழைக்கப்பட்டனர்.)

உரலும் உலக்கையும்

மனிதன் கல்லிலேதான் முதன் முதலாகப் பொருள்களைச் செய்யத் தொடங்குகின்றான். ஆராய்ச்சி அறிஞர்கள் அக்காலத்தைக் 'கற்காலம்' என்கிறார்கள். நினைவறியாக் காலத்தைச் சேர்ந்தது கற்கால நாகரிகம் என்றுதான் பெரும்பாலோர் கருதுகின்றனர். ஆனாலும்கூட அம்மி, உரல், ஆட்டுரல், திரிகை என்று கற்கால நாகரிகத்தின் சுவடுகள் நம்மிடையே இன்றும் வாழ்ந்துகொண்டுதான் இருக்கின்றன.

கையினால் பற்றிக்கொள்ள ஒன்றும், அடிப்பகுதி ஒன்றுமாக இந்தக் கற்கருவிகள் எல்லாம் இரண்டு பொருள்களின் சேர்க்கையாக அமைகின்றன. அம்மிக்கும் ஆட்டுலுக்கும் கற்குழவிகள், திரிகைக்கு மூடியும் இரும்புக் கைப்பிடியும் – இவை அரைப்புக் கருவிகள். உரலின் துணைக்கருவி உலக்கை. உலக்கை கருங்காலி மரத்தினால் செய்யப்பட்டது. இதன் அடிப்பகுதி இரும்புக் குப்பியால் ஆனது. மேற்பகுதியில் இரும்பினாலான பூண் கட்டப்பட்டிருக்கும். உலக்கையின் சராசரி நீளம் நான்கு அடியாகும். இது குற்றுக் கருவி. அவல் இடிப்பதற்கு இன்றளவும் உரலும் உலக்கையுமே பயன்படுகின்றன. எனவே இது இடிப்புக் கருவியும் ஆகும். சில இடங்களில் உரலுக்கு மேலே தானியங்கள் சிதறாமல் இருக்க மூங்கிலாலோ, பிரம்பிவாலோ வட்ட வடிவ மறைப்பினைச் செய்து உரலின்மீது அதற்கென வெட்டப்பட்ட காடியின்மீது வைக்கிறார்கள். அடிப்பகுதியும் மேற்பகுதியும் இல்லாத இதற்குக் 'குந்தாணி' என்று பெயர். (காலும் தலையும் தெரியாமல் குண்டாகக் கனத்துத் தெரியும் பெண்களைக் குந்தாணி என்று கேலி செய்வதுண்டு.)

முல்லை நில வாழ்க்கையில் நெல்லும், புல்லுமான சிறிய வகைத் தானியங்களின் உறையினை நீக்குவதற்கு மனிதன் கண்டுபிடித்த சுருவிதான் உரலும் உலக்கையும். பண்டைக்காலத் தொழில்நுட்பத்தின் எளிமையான வெளிப்பாடு உலக்கை.

தொடக்க காலத்தில் பாறைகளில் தானியங்களைக் குவித்து வைத்து மர உலக்கையால் குற்றியிருக்கிறார்கள். பாறைகள் நிறைந்த பகுதிகளிலும் மலைப்பகுதிக் கிராமங்களிலும் இப்படிப்பட்ட பாறைக் குழிகளையும் இவ்வழக்கத்தினையும்கூட இன்றும் காண முடிகிறது.

வட்ட வட்டப் பாறையிலே
வரகரிசி தீட்டயிலே
ஆருதந்த சோமன் சேலை
ஆலவட்டம் போடுதடி

என்ற நாட்டார் பாடல் இதற்குச் சான்றாகும். நெல் வகை களையும், புல் வகைகளையும் அரிசியாக்குவதைக் குற்றல், தீட்டல் என்ற இரண்டு வினைச் சொற்களால் குறிக்கின்றனர். குற்றிய தானியத்தை உமியும், தவிடும் நீங்கப் புடைத்துச் சலிப்பதைத் 'தீட்டல்' என்ற சொல் குறிக்கின்றது போலும். குற்றித் தட்டிய தானியத்தின் அளவும் நிறையும் குறைவதுண்டு. கல்வெட்டுக்களில் 'பத்தெட்டுக் குற்றல் அரிசி' என்பது போன்ற குறிப்புக்கள் வருகின்றன. பத்துப்படி அளவு அரிசியை மீண்டும் குற்றிய பின் எட்டுப்படி தரமான அரிசி கிடைக்கும் என்பது இதன் பொருள். இந்த அளவு கூடினால் சரியாகக் குற்றவில்லை என்றும், குறைந்தால் நெல் தரமானது இல்லை என்றும் கொள்ளப்படும். உமியும் தவிடுமாக இப்படிக் குறைகிற அளவிற்குப் 'பாடுவாசி' என்பது பெயர்.

கனமான நான்கு அடி நீள உலக்கையைக் கொண்டு கல்லுரலில் குற்றுதல் கடுமையான உடல் உழைப்பிற்கு உரிய தொழிலாகும். எனவே குற்றும்போது பெண்கள் 'உஸ்', 'உஸ்' என்ற சத்தத்தை இசை ஒழுங்காகக் களைப்புத் தெரியாமல் இருப்பதற்காக எழுப்புகின்றனர். சில பகுதிகளில் 'சும்மேலோ, சும் உலக்காய்' என்று சொல்கின்றனர். முற்காலத்தில் ஆண்கள் பாடும் படகுப் பாட்டு போலப் பெண்கள் உலக்கைப் பாட்டு பாடியிருக்கிறார்கள். இதற்கு 'வள்ளைப் பாட்டு' என்று பெயர்.

மலைபடுகடாம், "தினை குறு மகளிர் இசைபடு வள்ளையும்' (342) என்று வள்ளைப் பாட்டின் இனிமையினைக்

குறிப்பிடுகிறது. வள்ளைப் பாட்டுக்களின் இலக்கியப் பெருமையை இளங்கோவடிகளும், மாணிக்கவாசகரும் நன்றாக உணர்ந்திருந்தனர். புகார் நகரத்துப் பெண்கள் கரும்பு உலக்கை கொண்டும், மதுரை நகரத்துப் பெண்கள் பவள உலக்கை கொண்டும், வஞ்சி நகரத்துப் பெண்கள் சந்தன உரலிலும் முத்துக்களைக் குற்றுவதாக இளங்கோவடிகள் குறிப்பிடுகிறார் (சிலம்பு : வாழ்த்துக் காதை.)

மணிவாசகரோ, 'திருப்பொற்சுண்ணம்' என்ற பகுதியில் சிவ பெருமான் நீராட வாசனைப் பொடியை உரலிலிட்டு இடிக்கும் பெண்கள் பாடுவதாகப் பத்துப் பாடல்கள் பாடியுள்ளார்.

வள்ளைப் பாட்டுப் பாடும் பெண்கள் பாட்டின் நடுவில் தம் காதலன் பெயரையும் சேர்த்துப் பாடுவார்கள். அதைப் பிறர் கண்டுபிடித்துக் கேலி பேசுவர் அல்லது அலர் எழுப்புவர் எனக் குறுந்தொகைப் பாடல் நமக்குச் செய்தி தருகிறது (89).

அகன்ற வலிய காலை உடைய உரல் (பணைத்தாள் அன்ன பாவடி உரல் – குறு 89), அவல் இடிக்கும் கரிய வயிரம் பாய்ந்த உலக்கை (பாசவல் இடித்த கருங்காழ் உலக்கை – குறு 248) என்று உரல் உலக்கையின் அமைப்புப் பற்றிய குறிப்புக்களும் நமக்குக் கிடைக்கின்றன. கருங்காழ் என்பதனால் உறுதியான கருங்காலி மரத்தில் செய்யப்பட்ட உலக்கையாகவும் இருக்கலாம்.

உரல், உலக்கை பற்றிய நம்பிக்கைகளும் தமிழ் மக்களுக்கு நிறையவே இருந்திருக்கின்றன. உலக்கையை எப்போதும் நட்டமாகவே சுவரில் சார்த்தி வைக்க வேண்டும். தரையில் கிடத்தக் கூடாது. பூப்பெய்திய பெண்ணை வீட்டின் ஒரு மூலையில் உட்கார வைத்து (இரும்புப்) பூண் கட்டிய உலக்கையினை அவளுக்குக் குறுக்காகக் இடைவசத்தில் வைப்பார்கள். இது தீய ஆவிகளிடம் இருந்து அப் பெண்ணைக் காப்பதாக நம்புகிறார்கள். வாழ்வரசிப் (சுமங்கலி) பெண்கள் உரலின்மீது உட்காரக்கூடாது; விதவைப் பெண்களை உரலைக் குப்புறக் கவிழ்த்து அதில் உட்கார வைத்து நீராட்டித் தாலியைக் கழற்ற வேண்டும்.

பெருஞ்சமய நெறிகளுக்குள்ளும் உரல் பற்றிய நம்பிக்கைகள் உண்டு. கல்வெட்டுக் குறிப்புக்களிலிருந்து கோயில்களில் நெல்குற்றும் பணியை மிக வறிய நிலையில் இருந்த பெண்களே செய்திருக்கின்றனர் எனத் தெரிய வருகிறது. இன்றளவும் கோயில்களில் மகப்பேற்று வயது கடந்த பெண்களே நெல்

குற்றும் பணிக்கு அமர்த்தப்படுகின்றனர். சிவ தீட்சை, வைணவ தீட்சை பெற்றவர்கள் இறக்கும்போது 'தீட்சை இறக்குதல்' என்ற ஒரு சடங்கு நடை பெறுகிறது. உரலைக் குப்புறக் சுவிழத்துப் போட்டு இறந்தவர் உடம்போடு நூலேணி இட்டு அவர் பெற்ற தீட்சையை உரல் வழியாகப் பூமிக்குள் இறக்கிவிடுவதாக நம்புகின்றனர்.

மசாலைப் பொடிகள் இடிக்கும் சிறிய உலக்கைக்குக் 'கழுந்து' (உலக்கைக் கொழுந்து) என்று பெயர். இரண்டடி நீளமே உள்ள இதில் இரும்புப் பூணோ குப்பியோ இருக்காது; வடமொழி தெரியாததனால் 'உலக்கைக் கொழுந்து' என ஏசப்பட்ட ஒருவர் வஞ்சினத்துடன் வடமொழி கற்று 'முசல கிசலயம்' (உலக்கைக் கொழுந்து) என்ற பெயரில் தத்துவ நூல் ஒன்று செய்ததாக வைணவ மரபுக் கதை ஒன்று கூறுகிறது.

கண்ணனுக்கு மூத்தவனாகக் கருதப்படும் பலராமன் என்ற தெய்வம் ஒரு கையில் உலக்கையினை ஏந்தியிருக்கிறது. இந்தத் தெய்வத்திற்கு வடமொழியில் வழங்கப்படும் பெயர்களில் முசலி என்பதும் ஒன்றாகும். தமிழ்நாட்டில் மிக அரிதாக வழங்கும் 'முத்துலக்கையன்' என்ற பெயர் இத்தெய்வத்தையே குறிப்ப தாகும்.

சிறுதெய்வங்களின் உணவு

தமிழ்நாட்டின் பெரும்பாலான மக்களின் வழிபாட்டுக்குரியன வாக இருப்பன சிறு தெய்வங்களே. 'சிறு தெய்வம்' என்ற சொல்லாட்சி முதன்முதலில் அப்பர் தேவாரத்தில் காணப் படுகிறது. எனவே இப்பெயர் வழக்கு 'மேலோர் மரபு' சார்ந்த தாகும். வழிபடும் மக்களுக்கு இவை தெய்வங்களே.

சிறுதெய்வங்கள் எனச் சுட்டப்படுவனவற்றின் அடிப்படை யான அடையாளங்கள் அவற்றைப் பிராமணர் பூசிப்பதில்லை என்பதும், அவை இரத்தப் பலி பெறுவன என்பதும்தாம். 'பலி' என்பது வடமொழிச் சொல். படைக்கப்படுதல் என்பது அதன் பொருள். தமிழ்நாட்டில் ஆயிரக்கணக்கான சிறுதெய்வங்கள் உள்ளன. சிறு தெய்வக் கோயில் இல்லாத கிராமமே இல்லை எனலாம். இவற்றில் செம்பாதிக்குமேல் தாய்த் தெய்வங்கள்.

சிறுதெய்வக் கோயில்களில் பெண் தெய்வங்களின் (அம்மன்) கோயில்கள் பெரும்பாலும் வடக்கு நோக்கி அமைந்திருக்கின்றன.

ஆண் தெய்வங்களின் கோயில்கள் பெரும்பாலும் கிழக்கு நோக்கி அமைந்திருக்கின்றன. இத்தெய்வங்கள் பெரும்பாலும் சினங் கொண்ட (உக்கிர) நிலையில்தான் அமைந்திருக்கின்றன. எனவே இவற்றை அமைதிப்படுத்த இரத்தப் பலி தருவது மரபாக இருந்து வருகிறது.

பிராமணர், சைவ வேளாளர் தவிர்ந்த எல்லாத் தமிழ்ச் சாதியார் குடும்பங்களும் ஏதேனும் ஒரு சிறுதெய்வ வழிபாட்டில் தொடர்பு உடையவையே. எனவே சிறுதெய்வ வழிபாட்டிற் குரிய மக்கள் அனைவரும் புலால் உண்ணும் சாதியினரே. எனவே இரத்தப் பலி இக்கோயில்களில் தவறாது இடம் பெறுகிறது.

மேற்கூரையுடைய சிறுதெய்வக் கோயில்களில் மட்டும் கல்லினாலான சிறிய பலிபீடங்கள் உள்ளன. இக்கோயில்களில் ஆட்டுக்கடா, சேவல், எருமைக்கடா, பன்றி ஆகியவை பலியிடப் படுகின்றன. விதிவிலக்காக ஒரு சில கோயில்களில் பெண் ஆடு பலியிடப்படுகிறது. இதுவல்லாமல் ஆட்டுக்கடா, ஆண்பன்றி, எருமைக்கடா, சேவல் என ஆண் மிருகங்களும் பறவைகளுமே பலியிடப்படுகின்றன.

பெரும்பாலான கோயில்களில் ஆட்டுக்கடாயின் தலை அறுக்கப்பட்டுப் பலிபீடத்தின்மீது வைக்கப்படுகிறது. சில இடங்களில் ஆட்டின் கால்களில் ஒன்று அறுக்கப்பட்டு ஆட்டின் வாயில் அதைக் கவ்வுமாறு கொடுத்துப் பலிபீடத்தில் வைப்பர். சேவலைப் பலியிடும்போது அவ்வாறு செய்வதில்லை. மாறாகச் சேவலின் தலையில்லா உடம்பினை ஒரு குச்சியில் செருகி, தெய்வத்தின் முன் வைக்கின்றனர். பன்றி வளர்க்கும் சாதியாரே பெரும்பாலும் பன்றியைப் பலியிடுகின்றனர்.

தென் மாவட்டங்களில் உக்கிரம் மிகுந்த பெண் தெய்வங் களுக்கு இரத்தப் பலியிடும் முறை சற்று அச்சம் தருவதாக அமைகின்றது. நிறைசினையாக உள்ள ஒரு ஆட்டைக் கொண்டு வந்து பெண் தெய்வத்தின் முன் நிறுத்துவர். வேல் போன்ற ஒரு கருவியினால் ஆட்டின் வயிற்றைக் குத்திக் கிழித்து அதன் உள்ளே இருக்கும் குட்டியை எடுத்துப் பலி பீடத்தின்மீது வைக்கின்றனர். குத்திக் கிழிப்பதனால் பெண்ணாடும் இறந்து விடும்; குட்டியும் இறந்துவிடும். இவ்வாறு பலியிடுவதைச் 'சூலாடு குத்துதல்' என்பர் குற்றுயிராகப் பலிபீடத்தின்மீது இளங்குட்டியை வைத்தலை 'துவளக்குட்டி கொடுத்தல்' என்பர் ('துவளும் குட்டி' என்பதே துவளக் குட்டியாயிருத்தல்

வேண்டும்.) சூலாடு குத்துவதற்கு முன்னர் பெண்களையும் குழந்தைகளையும் அவ்விடத்தில் இருந்து அப்புறப்படுத்தி விடுவர்.

பன்றியைப் பலிகொடுக்கும்போது சில இடங்களில் தலையை வெட்டாமல் பன்றியை மல்லாக்கக் கிடத்தி அதன் மார்பைப் பிளந்து இதயத்தை எடுத்துப் பலிபீடத்தின் மீது வைக்கும் வழக்கம் உள்ளது. சில இடங்களில் சாமியாடிகள் பலியிடப் பெறும் விலங்குகளின் இரத்தத்தைக் குடிப்பதுண்டு. அவ்வாறு இரத்தம் குடிக்காத கோயில்களில் தெய்வத்தின் முன் படைக்கப்பட்டிருக்கும் உணவுப் பொருள்களின் மீது அந்த இரத்தம் தெளிக்கப்படும்.

சினம் மிகுந்த ஆண்தெய்வக் கோயில்களில் கோயிலுக்குச் சற்றுத் தள்ளி இருட்டில் சென்று சாமியாடுபவர் சோற்றுத் திரளைகளை ஆகாயத்தில் எறிகிறார். அவ்வாறு வீசி எறிய சாமியாடி கைகளை உயர்த்தும் போதே இருட்டில் மேலிருந்து வந்து தெய்வங்கள் அள்ளிக் கொண்டு போய்விடுகின்றன என்பது நம்பிக்கை. தெய்வங்களின் அருளாட்சி எல்லைக்கு உட்பட்ட பகுதிகளிலேயே சாமியாடி ஊர்வலம் வருகிறார். அவ்வாறு வரும்போது சந்திகளில் ஆகாயத்தை நோக்கி முட்டை எறிவதும் உண்டு.

நிலத் தொழிலாளர்கள் வணங்கும் சிறுதெய்வங்களில் சில, ஊற வைத்த அரிசியினையும் முளைகட்டிய பயறு வகைகளையும் படையலாகப் பெறுகின்றன. இவ்வகையான தெய்வங்கள் சமைத்த உணவினைப் படையலாகப் பெறுவதில்லை. இவை உணவு சேகரிப்புச் சமூகத்தில் பிறந்த தெய்வங்களாக இருக்க வேண்டும்.

ஊர்த் தெய்வங்களுக்கோ, சாதித் தெய்வங்களுக்கோ, குல தெய்வங்களுக்கோ நடைபெறும் திருவிழாக்களில் பொங்கலிடும் மரபும் உண்டு. அனைவரும் ஒரே நேரத்தில் பொங்கலிடுகின்றனர். எரிபொருளாகப் பனை ஓலைகளை மட்டும் பயன்படுத்தும் வழக்கமே பரவலாசக் காணப்படுகிறது. பொங்கல் படையலும் இரத்தப் பலியும் சில கோயில்களில் சேர்ந்தே தரப்படுகின்றன. அவ்வகையான கோயில்களில் பலியிடப்படும் விலங்கின் இரத்தத்தைப் படைக்கப்படும் உணவின்மீது தெளிப்பது வழக்கமாக இருக்கிறது. பொங்கலையும் இரத்தப் பலியையும் தனியாக நடத்தும் கோயில்களில் பொங்கல் படையலைச் ‘சைவப் படைப்பு’, ‘ஆசாரப் படைப்பு’, ‘சுத்தப்

படைப்பு' என்று அழைக்கின்றனர். இரத்தப் பலியோடு கூடிய படைப்பு 'மாமிசப் படைப்பு' என்று அழைக்கப்படுகிறது.

ஒரு கோயில் வளாகத்தில் பல சிறுதெய்வங்கள் இருக்கும் போது ஐயனார் போன்ற ஒன்றிரண்டு தெய்வங்கள் இரத்தப் பலி பெறாத சுத்தமுகத் தெய்வமாக இருக்கும். இரத்தப் பலி தரும்போது அத்தெய்வங்களின் சந்நிதியைத் திரையிட்டு மறைத்து விடுவது வழக்கம்.

குமரி மாவட்டத்தில் சிறுதெய்வக் கோயில் திருவிழாக்கள் சிலவற்றை 'ஊட்டுக் கொடுத்தல்' (உணவு கொடுத்தல்) என்றே கூறுகின்றனர். பொதுவாக, இரத்தப் பலி கொடுப்பது திருவிழாவின் முடிவு நிகழ்ச்சியாகவே அமைகின்றது.

தாய்த் தெய்வங்கள் தம் மக்களைக் காக்க, அரக்க வடிவிலான தீமையை ஆயுதந் தாங்கிப் போரிட்டு அழிக்கின்றன. விசயதசமி எனப்படும் புரட்டாசி மாத வளர்பிறைப் பத்தாம் நாளில் எருமைத்தலை அரக்கனைத் தாய்த் தெய்வம் போரிட்டு அழிக்கின்றது. இச்சடங்கு ஒரு பாவனையாக, பெரும்பாலும் கோயிலுக்குச் சற்றுத் தள்ளி அமைந்த ஒரு திடலில் நடக்கிறது. இந்தப் போர் நிகழ்ச்சி முடிந்தவுடன் போரிட்ட களைப்புத் தீரத் தாய்த் தெய்வத்திற்கு உளுந்தஞ் சுண்டலும் பானக்காரமும் படைக்கப்படும். தென் மாவட்டங்களில் ஒன்றிரண்டு கோயில்களில் மட்டுமே இது காணப்படுகிறது. பானக்காரம் என்பது புளியும் கருப்புக் கட்டியும் நீரில் கரைத்து ஆக்கப்பட்ட நீர் உணவு. அக்காலத்துப் போர்க்களத்தில் களைப்படைந்த வீரர்களுக்குத் தரப்பட்ட உணவாக இது இருந்திருக்கலாம்.

சிறுதெய்வ வழிபாட்டின் பல கூறுகள் தமிழர்களின் போர் நெறிகளோடு தொடர்புடையனவாகத் தோன்றுகின்றன. உளுந்தும் பானக்காரமும்கூட அப்படி வந்த உணவுப் பழக்கம் என்றே கொள்ள முடிகிறது.

2

வீடும் வாழ்வும்

நகர நாகரிக மேட்டிமையின் அடையாளங்களில் ஒன்றாக இன்று நாடு முழுவதும் கற்காறை (கான்கிரீட்) வீடுகள் உருவாகி வருகின்றன. 'தனி வீடு' என்னும் உணர்வு ஒரு வெறியாக மாறி எல்லோரையும் பிடித்து ஆட்டுகிறது. உலக வங்கியின் வழியாகப் பன்னாட்டு மூலதனம் 'குறைந்த வட்டி' என்னும் தூண்டிலைப் போட்டு 'வீடுகட்டக் கடன்' என்னும் பெயரில் ஏழைநாடுகளைச் சுரண்டி வருகின்றது.

காலனிய ஆட்சியின் தொடக்கப் பகுதியில் தமிழ்நாட்டில் 90 விழுக்காட்டு மக்கள் பனை, தென்னை, புல்வகைகள் வேய்ந்த கூரை வீடுகளில்தான் வாழ்ந்தனர். இவ்வீடுகளின் சுவர்கள் குடிசைகளாக இருந்தால் செங்கல் இல்லாத மண்சுவர்களாகவும், சற்றே பெரிய இரண்டு அறை வீடுகள் சுடப்படாத செங்கல் சுவர்களோடும், அதைவிடப் பெரிய வீடுகள் சுட்ட செங்கல்லால் கட்டப்பட்டவையாகவும் அமைந்திருந்தன. இந்தத் தொழில் நுட்பம் வெப்ப மண்டலப் பகுதியிலுள்ள எல்லா நாடுகளுக்கும் பொருந்தும். இந்த வீடுகளைப் பற்றி நாம் சொல்லக்கூடிய ஒரே குறைபாடு அவை கழிவறை வசதி இல்லாதவை என்பதுதான். 'கழிவறை' என்ற கோட்பாடும் இடவசதியும் வெப்ப மண்டலப் பகுதியான தமிழ்நாட்டில் இல்லை. (எனவே மலம் அள்ளும் சாதியாரும் தமிழ்நாட்டில் தோன்றவில்லை)

'வீடு' என்ற சொல் தொழிற்சுளத்தில் இருந்து 'விடுபட்டு' நிற்கும் இடத்தையே முதலில் குறித்தது. 'விடுதி' என்னும் சொல்லும் அந்தப் பொருளில் வந்ததுதான். பிற்காலத்தில் மேலோர் மரபில் 'வீடு' என்பது மண் உலகத்திலிருந்து விடுபட்டுச் சேர்கிற 'துறக்க'த்தை (சொர்க்கம்) குறிக்க வந்ததாகும்.

சங்க இலக்கியத்தில் 'வீடு' என்பதற்குப் பதிலாக 'மனை' என்ற சொல்லே காணப்படுகிறது. உண்டு, உறங்கி, இனம் பெருக்கும் இந்த இடத்துக்குரியவள் 'மனைவி' எனப்பட்டாள்.

நிலத்தில் எல்லாப் பகுதிகளிலும் தெய்வங்கள் உறைகின்றன. எனவே வீடு கட்டவிருக்கும் நிலத்தில் முளை அறைந்து, கயிறு கட்டி கயிற்றின் நிழல் வழியாகத் திசைகளைக் குறித்துக்கொள்ள வேண்டும். அந்தந்தத் திசையிலுள்ள தெய்வங்களைக்

சுண்டறிந்து அவற்றிற்கு வேண்டுவன செய்ய வேண்டும். பின்னரே அந்த நிலத்தில் வீடு கட்டத் தொடங்க வேண்டும் என்பது பழந்தமிழர் நம்பிக்கை.

நூலறி புலவர் நுண்ணிதிற் கயிறிட்டு
தேயம் கொண்டு தெய்வம் நோக்கி
பெரும்பெயர் மன்னர்க்கு ஒப்பமனை வகுத்து

என்கிறது நெடுநெல்வாடை.

மனைத் தெய்வங்களையும் திசைத் தெய்வங்களையும் வேண்டி அமைதிப்படுத்தும் (சாந்தி செய்யும்) இந்தச் சடங்குக்குத் 'தச்சு செய்தல்' என்பது இன்றைய பெயராகும்.

"தோட்டம் இல்லவள் ஆத்தொழு ஒடை துடைவை என்றிவையெல்லாம், வாட்டம் இன்றி உன் பொன்னடிக் கீழே வளைப்பகம் வகுத்துக் கொண்டிருந்தேன்" என்பது பக்தி இயக்கம் கிளர்ந்த காலத்தில் பெரியாழ்வர் பாசுரமாகும். 'சுகஜீவனம்' அக்காலத்தில் எவ்வாறிருந்தது என்பதனை இப்பாசுரத்தில் உணர முடிகிறது. இதே காலத்தைச் சேர்ந்த, இரண்டாம் நந்திவர்மனின் தண்டந் தோட்டம் செப்பேட்டால் மற்றுமொரு செய்தியினை அறிகிறோம். பார்ப்பனர் 308 பேருக்கு அரசன் ஓரே செப்பேட்டின்வழி 'பிரம தேயம்' வழங்குகிறான். இதன்படி அரசன் அளித்த உரிமைகளில் சில: 'சுட்டிட்டி கையால் மாடமாளிகை எடுக்கப் பெறுவதாசவும். துரவு கிணறு இழிச்சப் பெறுவதாகவும்.'

அதாவது, சுட்ட செங்கலால் வீடு கட்டிக்கொள்ளவும், வீட்டிற்கு மாடி எடுத்துக் கட்டவும், வீட்டுத் தோட்டத்தில் கிணறு வெட்டிக் கொள்ளவும் அக்காலத்தில் அரசர்களின் அனுமதி வேண்டும். அந்த அனுமதி பார்ப்பனர்களுக்கு வழங்கப்பட்டிருந்தது. பார்ப்பனர்களின் தீட்டுக்கோட்பாட்டை அரண் செய்வதற்கும், பேணிக்கொள்வதற்கும் ஒவ்வொரு வீட்டிலும் தனித்தனியாகக் கிணறுகள் இருப்பதனை இப் பொழுதும் பார்ப்பனத் தெருக்களில் (அக்கிரகாரங்களில்) காண இயலும். இந்த உரிமையினை அரசர்கள் மற்றச் சாதியாருக்கு வழங்கவில்லை.

சாதிவாரியாக வீடு கட்டும் உரிமைகள் அரசர்களால் வகுக்கப்பட்டிருந்ததை அறியப் பல சான்றுகள் கிடைக்கின்றன. பழனிக்கருகிலுள்ள கீரனூர்க் கல்வெட்டு 12ஆம் நூற்றாண்டில் அப்பகுதியில் வாழ்ந்த இடையர்களுக்கு அரசன் சில உரிமைகள்

வழங்கியதைக் குறிப்பிடுகின்றது. அவ்வுரிமைகளில் ஒன்று வீட்டிற்கு இருபுறமும் வாசல் வைத்துக் கட்டிக் கொள்ளலாம் என்பதாகும். அப்பகுதியில் அதுவரை அவர்களுக்கு அந்த உரிமை இல்லை.

காலனிய ஆட்சியின் தொடக்கம்வரை தமிழ்நாட்டு வீடுகளில் பெரும்பாலானவை ஓலைக் கூரை அல்லது புற்கூரை கொண்டிருந்ததை முன்பே குறிப்பிட்டோம். ஒடுக்கப்பட்ட மக்களின் வீடுகள் இன்றளவும் குனிந்த வாசல் உடையன வாகவும், பின்புற வாசலும் சன்னலும் இல்லாதனவாகவும் இருப்பதனை நினைவில் கொள்ள வேண்டும்.

நிறைவாசல் (ஆள் நிமிர்ந்தபடி உள்ளே செல்லும் உயரத்தில் இருப்பது) சன்னல்கள், பின்புற வாசல், மாடி, இரட்டைக் கதவு வைத்தல், சுட்ட செங்கலால் சுவர் ஆகியவை தனித்தனி உரிமைகளாகச் சாதிவாரியாக அடுக்கப்பட்டிருந்ததே தமிழக வரலாற்றில் சாதியம் தொழிற்பட்ட முறைக்குக் கண்கண்ட சான்றாகும்.

சமூக, பொருளாதார ரீதியில் எளிய மக்கள் 'குடியிருப்பு' பற்றிய விரிந்த சிந்தனைகள் இல்லாமல்தான் வாழ்ந்தனர். 'எனக்கும் சொத்து இருக்கிறது' என்ற உணர்வை வெளிப்படுத்த "எனக்கும் காணி நிலமும் கலப்பை சார்ந்த இடமும் இருக்கிறது" என்றனர். இந்தச் சொல்லடையிலிருந்து அவர்களுக்கு வீடு என்பது தொழிற்கருவிகளைப் பாதுகாக்கும் இடமாகவே இருந்திருக்கிறது என்று தெரிகிறது. நிலமும் உழவுத் தொழிற் கருவிகளுமே வாழ்க்கை என்பதே அன்றைய நிகழ்வாகும். என்வே தாழ்வாரம், நடுக்கூடம், சமையலவறை, படுக்கையறை என்பதான நினைவுகளும் உணர்வுகளும் அவர்களிடத்தில் உருவாக வழியில்லை. அரசதிகாரமும், சாதிய மேலாண்மையும் அவ்வகையான நினைவுகள் அவர்களிடத்தில் உருவாகாமல் பார்த்துக்கொண்டன.

தமிழர் உடை

"உண்பது நாழி உடுப்பவை இரண்டே" என்கிறது புறநானூறு. இடுப்பைச் சுற்றும் அரையாடை, தோளில் இடும் மேலாடை ஆகியவற்றையே இப்பாடல் குறிக்கிறது. இவ்வுடை அக்காலத்தில் ஆண் பெண் இருவருக்கும் பொதுவாக இருந்திருக்கிறது. இந்த இரட்டை ஆடையும் சாதி, பருவ காலம் என்பவை கருதி

மாறுபாடுகளை உடையதாக இருந்திருக்கிறது.

ஆண்கள் அணியும் சட்டையும் அரைக்கால் அல்லது முழுக்கால் சட்டையும் 18ஆம் நூற்றாண்டின் நடுப்பகுதிவரை தமிழ்நாட்டில் பெருவாரியான மக்களால் அறியப்படாதவை யாகும். ஆங்கிலேயரும் நவாபுப் படையினர் எனப்படும் வடநாட்டு முசுலிம்களும் வந்த பின்னரே உடம்பின் மேற் பகுதியில் 'தைத்த சட்டை' அணியும் வழக்கம் புகுந்தது. கிறித்துவின் சமகாலத்தில் இங்கு வந்த ரோமானியர்களின் (யவனர்களின்) மேற்சட்டையினை 'மெய்ப்பை' என்று தமிழர்கள் குறிப்பிட்டனர். தஞ்சைப் பெரிய கோயில் ஓவியங்களிலும், நெல்லை மாவட்டம் திருப்புடைமருதூர்க் கோயில் ஓவியங்களிலும் காணப்படும் சட்டையிட்ட உருவங்கள் அதிகாரிகளையும், படைத்தலைவர்களையும் குறிப்பதாகவே தோன்றுகிறது. துணி தைக்கும் தொழிலாளியைப் பற்றிய பேச்சோ, வருணனையோ பதினெட்டாம் நூற்றாண்டின் இறுதிவரை தமிழ் இலக்கியத்தில் காணப்படவில்லை. துணிகளின்மீது இரத்தினங்களை வைத்து ஊசியால் தைப்பவனை மட்டும் 'தையான்' எனக் கல்வெட்டுக்கள் குறிப்பிடுகின்றன. கிழிந்த ஆடையினை ஊசியும் நூலும் கொண்டு தைக்கும் வழக்கம் இருந்திருக்கிறது. இதனைத் 'துன்னுதல்' அல்லது 'துன்னம் பெய்தல்' என்று கூறுவர். இந்த ஊசிக்கும் 'துன்னூசி' என்றே பெயர். இது தோல்பொருள்களைத் தைக்கும் பருத்த ஊசியினையும் கொழுத்துன்னூசி என்ற பெயருடன் குறித்திருக்கிறது.

கி.பி. ஒன்பதாம் நூற்றாண்டு தொடங்கிக் காணக்கிடைக்கும் கற்சிற்பங்களும் வெண்கலச் சிற்பங்களும் பழந்தமிழர் உடை பற்றி அறிந்துகொள்ள நமக்குத் துணை செய்கின்றன. ஆணாயினும் பெண்ணாயினும் உயர்குடி மக்களே முழங்காலுக்குக் கீழே கணுக்கால் வரையிலான ஆடையினை அணிந்திருக்கின்றனர். ஏனைய ஆண்களெல்லாம் முழங்கால் வரை தார்பாய்ச்சிக் கட்டப்பட்ட அரையாடையினையே அணிந்திருக்கின்றனர். கி.பி. பத்தாம் நூற்றாண்டை.ச் சேர்ந்த கண்ணப்ப நாயனாரின் வெண்கலச் சிற்பம் துண்டு அளவிலான ஒரு துணியையே ஆண் முழங்காலுக்கு மேலே இடுப்பில் சுட்டியிருப்பதைக் காட்டுகிறது. மேலாடை எதுவும் இல்லை. அவர் வேட்டுவக் குலத்தைச் சேர்ந்தவர் என்பதால் ஒருவேளை இச்சிற்பம் இவ்வாறு வடிக்கப்பட்டிருக்கலாம். விதிவிலக்காக அன்றி அரசர் குலத்துப் பெண்கள் உட்படப் பழங்காலச்

சிற்பங்களில் பெண்கள் மார்புக் கச்சை அணிந்தவராகக் காட்டப்படவில்லை.

சிலப்பதிகாரத்திற்கு முந்திய தமிழ் இலக்கியங்களில் பெண்கள் மார்புக் கச்சை அணிந்ததற்கான சான்றுகள் எவையுமில்லை. சங்ககாலத்தைச் சேர்ந்ததாகக் கருதப்படும் தங்க மோதிரம் ஒன்று (முட்டை வடிவ முன் தோற்றம் உடையது) நான்கைந்து ஆண்டுக்கு முன்னர் கரூர் நகரத்தில் கண்டுபிடிக்கப்பட்டது. இம்மோதிரத்தில் ஓர் இளைஞனும் இளம்பெண்ணும் வடிக்கப் பட்டுள்ளனர். காதல் உணர்வுள்ள இத்தம்பதியினர் தலையில் கொண்டையிட்டுள்ளனர். நிறைய அணிகலன்கள் அணிந் துள்ளனர். இடுப்பில் அரையாடை மட்டும் காணப்படுகிறது. பெண்ணின் மார்பில் கச்சையோ ஆணின் மார்பில் துண்டு போன்ற ஆடையோ காணப்படவில்லை.

ஆனால் கி.பி. ஒன்பதாம் நூற்றாண்டு அளவிலேயே பெண் சிற்பங்களில் மார்புக் கச்சை சித்திரிக்கும் வழக்கம் தொடங்கியுள்ளது. மதுரைக்கருகில் ஆனைமலையில் உள்ள லாடன்கோயில் என்னும் குடைவரைக் கோயிலில் முருகனோடு அமர்ந்திருக்கும் தெய்வயானை மார்புக் கச்சை அணிந்தவளாகக் காட்சி தருகிறாள்.

பதினைந்தாம் நூற்றாண்டில் தமிழகத்தில் நடைபெற்ற விசயநகரப் பேரரசும் தெலுங்கு மக்களின் குடியேற்றமும் தமிழர்களின் வாழ்விலும் பண்பாட்டிலும் மிகப்பெரிய மாற்றங்களை ஏற்படுத்தின. அதன் விளைவுகளில் ஒன்றாகத் தமிழர் உடையிலும் மாற்றங்கள் நிகழ்ந்தன. இக்காலத்திற்கு முன்னர், ‘புடைவை’ என்ற சொல் ஆண்களும் பெண்களும் மேலே அணியும் நீண்ட துணியினையே குறித்தது. நிர்வாணத் துறவியாகச் சமண மதத்தில் இருந்த திருநாவுக்கரசர் சமண மடத்தைவிட்டு வெளியேறும்போது ‘வெண்புடைவை மெய் சூழ்ந்து’ வந்ததாகச் சேக்கிழார் குறிப்பிடுவார். இக்காலத்துப் பெண்கள் உடுத்தும் 14, 16, 18 முழச் சேலைகள் தெலுங்கு பேசும் மக்களின் உறவால் ஏற்பட்ட வழக்கமாகும். அரையாடையும் மேலாடையுமான பெண்களின் இரட்டை ஆடை ஒருடையானது இக்காலத்தில்தான். இச்சேலையும் முதலில் மஞ்சள், சிவப்பு என்னும் இரண்டு வண்ணங்களை உடையதாய், ‘கண்டாங்கி’ என்று வழங்கப்பட்டது. இரவிக்கை எனப்படும் பெண்கள் மேலாடையும் தெலுங்கு மக்களின் உறவால் ஏற்பட்ட வழக்கமேயாகும். இரவிக்கை என்ற

சொல்லும் தெலுங்கு மொழியில் இருந்து வந்ததே. பிராமணரல்லாத ஏனைய தமிழ்ச் சாதிப் பெண்கள் அனைவரும் சேலையின் மேற் பகுதியினை (மாராப்பு) தோளின் இடது புறமாக இட்டுக்கொள்வது வழக்கம். பிராமணர்களும் சில தெலுங்குச் சாதியினரும் தோளின் வலதுபுறமாக அதனை இட்டுக்கொள்வர். பெரும்பான்மையான மக்களின் வழக்கமான இடதுபுறமான மாராப்பு இன்று அனைவராலும் கைக் கொள்ளப்பட்டுவிட்டது.

பெண்கள் அணியும் உள்ளாடையான பாவாடையும் கடந்த சில ஆண்டுகளுக்கு உள்ளாகவே புழக்கத்திற்கு வந்திருக்கின்றது. அதற்கு முன் சிறிய பெண் குழந்தைகள் சிற்றாடை எனப்படும் அரையாடை அணிந்திருக்கிறார்கள். இதற்குக் 'கன்னி சிற்றாடை' என்று பெயர். இன்றளவும் கிராமப்புறங்களில் குடும்பச் சடங்குகளில், இளம்பெண்ணாக இறந்த பெண்களின் நினைவிற்குக் கன்னி சிற்றாடையைப் படைக்கின்றனர். இந்த ஆடை மஞ்சளும், சிவப்பும் கலந்த மிகச் சிறிய கண்டாங்கிச் சேலையாகும்.

உயர்சாதியினைச் சேர்ந்த பெண்கள் 16 முழச் சேலையினைத் தார் இட்டுக் கட்டிக்கொண்டதால் (மடிதார்மடி சார்) அவர்களிடத்திலும் உள்ளாடை அணியும் வழக்கம் இல்லை எனத் தெரிகிறது.

ஆண்கள் அணியும் மேலாடை இலக்கியங்களில் 'மேலாடை' அல்லது 'உத்தரீயம்' (தோளில் இடும் பட்டாடை) என்று குறிக்கப்படுகிறது. 'துண்டு' என்ற சொல்லைக் காணோம். மேட்டுக்குடியினர் சிற்பங்கள் பெரும்பாலும் கோயில்களிலேயே காணப்படுவதால் தோளில் இடும் துண்டைப் பணிவுடன் இடுப்பில் கட்டிக்கொள்வதாகவே சிற்பங்களில் பார்க்கிறோம். ஒடுக்குமுறைக்கு ஆட்படும் மக்கள் தோளில் இடும் துண்டை இடுப்பில் கட்டிக்கொள்வது இன்றளவும் பணிவின் அடையாள மாகக் கருதப்படுகிறது. தளபதிகள் சிற்பங்கள் சிலவற்றிலும் தலைப்பாகை கட்டிக்கொள்வதைப் பார்க்கிறோம். கோயிலில் உள்ள இறைத் திருமேனிகளில் மட்டுமே தோளின் இருபுறமாக உத்தரீயம் இட்டுக்கொள்வதைக் காணமுடியும்.

சாதிய அமைப்பில் ஓர் இளைஞன் முதன்முதலாகத் தன் திருமண நாளன்றுதான் பெரியவர்கள் முன் தோளில் துண்டு அணிய அனுமதிக்கப்படுகிறான். இன்றளவும் சாதிப் பஞ்சாயத்துக்களில் திருமணமாகாத இளைஞர்கள் தோளில்

துண்டு அணிந்து கொண்டு பேச அனுமதிக்கப்படுவதில்லை. பெரியவர்களிடம் பேசும்போது இளைஞர்களின் துண்டோ, வேட்டியோ காற்றில் அலையுமாறு நின்று பேசுவது மரியாதைக் குறைவாகக் கருதப்படுகிறது. கைகேயியின் முன் இராமன் தன் மேலாடையைப் பணிவாகப் பற்றிக்கொண்டு நின்றே பேசினான். 'சந்துரத் தடக்கை தானை மடக்குற' என்று கம்பர் இதனைக் குறிப்பிடுகிறார்.

கோயில்களில் பூசைசெய்யும் பிராமணர்களைக் குறிப்பிடும் கல்வெட்டுக்களில் சில அவர்களைப் 'பட்டுடை பஞ்சாசாரியார்' எனச் சொல்கின்றன. அரைவேட்டிக்கு மேலாக இடுப்பில் பட்டுத் துணி ஒன்றைச் சுற்றிக்கொள்ளும் வழக்கம் கோயிற்பூசை செய்யும் பிராமணர்களிடம் இன்றளவும் உள்ளது. இதனையே கல்வெட்டுக்கள் 'பட்டுடை' என்று குறிப்பிடுவதாகக் கொள்ளலாம்.

'வெள்ளைக் குப்பாயத்தர்' என்ற தொடர் திருவாசகத்தில் பயில்கின்றது. இக்காலத்தில் 'ஜிப்பா' என வழங்கப்பெறும் சட்டையினை இது குறிக்கின்றது. அக்காலத்தில் குதிரை வணிகராகத் தமிழ்நாட்டுக்கு வந்த அராபியர் இந்த உடையினை அணிந்திருந்தனர்.

சிவபெருமான் தன் வீரச்செயல்களில் ஒன்றாக யானை அரக்கனைக் கொன்று, தோலை உரித்து மேற்சட்டைபோல அணிந்து நின்றதனால் அவருக்குச் 'சட்டைநாதர்' (சட்ட நாதர்] என்ற பெயரும் பிறந்தது. சீர்காழியில் சட்டைநாதன் என்ற பெயரைப் பெருவழக்காகக் காணலாம். பாம்பின் சட்டை என நாம் குறிப்பிடும் மேல்தோலை இலக்கியங்கள் பாம்பின் 'உரி' (உரிக்கப்பட்டது) என்றே குறிப்பிடுகின்றன.

சாதிய ஒடுக்குமுறை கடுமையாக இருந்த காலங்களில் தமிழகத்தின் சில பகுதிகளிலும் நாஞ்சில் நாட்டிலும் கேரளத்திலும் ஒடுக்கப்பட்ட சாதிப் பெண்கள் மார்பைத் துணியினால் மூடுவதை மேல்சாதியினர் தடை செய்திருந்தனர். கடந்த நூற்றாண்டின் நடுப் பகுதியில் நாஞ்சில் நாட்டில் இவ்வழக்கத்தைக் கடுமையாக்கிய நாயர்களின் மேலாதிக்கத்தை எதிர்த்துப் பிற சாதியினர் போராட்டம் நடத்தினர். அதற்குத் 'தோள்சீலைப் போராட்டம்' என்ற பெயர். இவை தவிர தட்டுடை, வட்டுடை, கச்சில் என்பன தமிழர்கள் போரிடுகையில் உடுத்திய ஆடைகளாகும். பெருந்தொடை வரை

இறுக்கிக் கட்டிய அரையாடையே 'கச்சில்' எனப்பட்டது. இதுவே பிற்காலத்தில் கச்சை எனப்பட்டது.

பழந்தமிழர் ஆடையின் சிறப்பான பகுதி ஆடைகளுக்குக் கரையிடும் வழக்கமாகும். பெண்களின் சேலை மட்டுமன்றி ஆண்களின் வேட்டியும் கரையால் மதிப்புப் பெறுகிறது. "கொட்டைக் கரைய பட்டுடை" எனச் சங்க இலக்கியம் பட்டாடையின் கரையினைச் சிறப்பித்துப் பேசும். இன்றளவும் தமிழ்நாட்டுப் பட்டுச் சேலைகள் அவற்றின் சுரைகளுக்காகவே சிறப்புப் பெறுகின்றன. 'கலிங்கம்' என்று சங்க இலக்கியங்களில் குறிக்கப்படுவது கலிங்க (ஒரிய) நாட்டிலிருந்து வந்த துணி வகையாக இருக்கலாம்.

பருத்திப் பெண்டும் பள்ளர் நெசவும் பாய் நெசவும்

கிறித்துவுக்கு முற்பட்ட காலத்தில் தமிழ்நாட்டில் பருத்தித் துணி நெசவு செய்த மக்கட் பிரிவினர் யார் என்பதை அறிய இயலவில்லை. ஆயினும் சங்க இலக்கியங்களில் நூற்றல் தொழில் பற்றிச் சில குறிப்புக்கள் காணக்கிடக்கின்றன. பருத்திப் பெண்டு என்னும் தொடர் இரண்டு இடங்களில் வருகிறது.

பருத்திப் பெண்டின் பனுவல் அன்ன *(புறம் :125)*

பருத்திப் பெண்டின் சிறுதீ விளக்கத்து *(புறம் : 326)*

என வரும் அடிகளால் பெண்கள் இரவிலும் சிறிய விளக் கொளியில் நூல் நூற்ற செய்தியினை அறிகிறோம்.

நூல் என்ற சொல்லுக்குப் பதிலாகப் பனுவல் என்ற சொல்லும் காணப்படுகிறது. பார்ப்பனர் மார்பில் அணிந்த முப்புரி நூல் முந்நூல் எனப்பட்டது. நூல் என்ற சொல்லுக்கு இலக்கணம் (சாத்திரம்) என்றும் பொருள்.

சங்கு இலக்கியக் குறிப்புக்கள் நூற்றல் தொழிலைப் பெண்களோடு சேர்த்தே பேசுகின்றன. உரையாசிரியர் குறிப்புக் களிலிருந்து கைம் பெண்களே சங்க காலத்தில் நூற்கும் தொழிலில் ஈடுபட்டிருந்தனர் என்று தெரிகிறது. இந்தச் செய்தி நமக்கு அதிர்ச்சியாக அமைகிறது. நூற்கும் தொழில் தனக்குரிய சமூக மரியாதையினை அக்காலத்தில் பெற்றிருக்கவில்லை போலும். எனவேதான் அது கைம்பெண்களுக்குரிய தொழிலாகக் கருதப்பட்டிருக்கிறது.

பதினைந்து ஆண்டுகளுக்கு முன்னர் கோவை மாவட்டத்தில் இருந்து கிடைத்த கள ஆய்வுச் செய்தியும் இதை உறுதிப்படுத்துவது வியப்புக்குரியதாகும். ஒரு பெண் கைம்பெண். ஆனால் அவளுக்குப் பிறந்த வீட்டில் இருந்து கோடிச் சேலை (சில சாதியாரிடத்து வெள்ளைச் சேலை) கொண்டுவந்து கொடுப்பது வழக்கம். பிற மாவட்டங்களில் பெரும்பாலும் பிறந்த வீட்டிலிருந்து அப்பெண்ணின் உடன்பிறந்தவர் இதனைக் கொண்டுவந்து அவள் கையில் கொடுப்பது அல்லது அவள் மேல் எறிந்துவிடுவது வழக்கம். கோவை மாவட்டத்தில் இந்தச் சடங்கு சிறிய வேறுபாட்டுடன் அமைகிறது. கைம் பெண் ஆனவளின் உடன்பிறந்தவன், அவள் கையில் நூல் நூற்கும் கதிர் (தக்களி) ஒன்றையும் சிறிது பஞ்சையும் கொடுத்துவிட்டு, 'கொல்லன் கொடுத்த கதிர் இருக்கு, கொறநாட்டுப் பஞ்சு இருக்கு; நூறு வயசுக்கும் நூற்றுப் பிழைச்சுக்க' என்றும் சொல்ல வேண்டும்.

சங்க காலத்தில் உருவான பண்பாட்டு அசைவு ஒன்று அண்மைக் காலம்வரை உயிரோடு இருந்தது வியப்புக்குரிய செய்திதான். சங்க இலக்கியம் இதுபோல விரிந்த கள ஆய்வுகள் பலவற்றுக்கு இடந்தருகிறது.

பருத்தி நெசவு போலவே பாய் நெசவும் தொன்றுதொட்டு நடைபெற்றுவரும் தொழிலாகும். நெல்லை மாவட்டத்துப் பத்தமடையில் நெய்யப்படும் பாய்கள் இன்றளவும் உலகப் புகழ்பெற்று விளங்குகின்றன. பாய் நெசவுக்குரிய மூலப்பொருள் கோரை அல்லது பஞ்சாங் கோரை. எனப்படும். சங்க இலக்கியத்தில் மருதத் திணைப் பாடல்களில் இது 'சாய்' எனக் குறிக்கப் பெறும். நீரோடைகளின் கரைகளை ஒட்டி அமைந்த பள்ளங்களில் கோரைப் புல், புதராகச் செழித்து நிற்கும். எனவே பாய் நெசவும் பெரும்பாலும் மருத நிலத்திற்கு உரியதாகும்.

கோரைகளைப் பிடுங்கவந்து, காயவைத்துச் சாயம் ஏற்றி மீண்டும் தண்ணீரில் ஊறவைத்து, அதன் பின்னரே தறிகளில் நெய்வர்.

இன்று தமிழ்நாட்டில் பாய் நெசவு முழுக்க முழுக்க முசுலிம்கள் செய்யும் தொழிலாகவே உள்ளது. அப்படியென்றால் இசுலாமிய சமயம் தமிழ்நாட்டில் பரவுவதற்கு முன்னர் இத்தொழிலைச் செய்துவந்த சாதியார் யார் என்ற கேள்வி எழுகிறது. கோரைப்பள்ளர் என்ற ஒரு சாதியினர் இருந்திருக் கின்றனர். இவர்களே மருத நிலத்து ஓடைக்கரையில் வளரும்

கோரைப் புற்களைக் கொண்டு பாய் நெசவுத்தொழில் செய்து வந்தனர். இச்சாதியினர் பின்னர் நூற்றுக்கு நாறு இசுலாமிய மதத்திற்கு மாறிவிட்டனர். இன்றளவும் கோரைப் பள்ளம் (பாளையங்கோட்டை), கோரம்பள்ளம் (தூத்துக்குடி), கோரிப்பாளையம் (மதுரை] என்ற பெயரில் வழங்கும் ஊர்கள் அனைத்தும் பாய் நெசவுக்குரிய கோரைகள் வளர்ந்த ஓடைக்கரைகளாகவே இருப்பதைக் காணலாம். பத்தமடையில் நடைபெறும் பாய் நெசவும் அருகிலுள்ள தாமிரவருணி ஆற்றங்கரையில் விளையும் கோரம் புல்லைக் கொண்டே நடைபெறுகிறது.

தமிழ்நாட்டுப் பறையர் பலவகையான தொழில்களில் ஈடுபட்டது போலவே நெசவுத் தொழிலிலும் ஈடிபடடனர். இந்த மரபு பற்றியே திருவள்ளுவர் பறையர் சாதியினர் என்றும் நெசவுத் தொழில் செய்தார் என்றும் வழக்காறுகள் எழுந்தன.

பழங்காலத்தில் துணிகளுக்குச் சாயம் ஏற்ற 'அவுரி' என்னும் செடியின் வேரைப் பானையில் இட்டு அவித்துச் சாயம் எடுப்பர். அவுரிவேர் அவியும்போது புலால் அவிவதைப்போன்று நாற்றம் உண்டாகும். புலால் நாற்றத்துக்குப் பெருமளவு பழகியவரே இத்தொழில் செய்ய முடியும். இறந்த மாட்டினை அறுத்துக் கோரோசனை, நரம்பு முதலியவற்றை எடுப்பவரும் அதன் தோலைப் பதப்படுத்துபவருமான பறையரே அவுரிவேரை அவித்துச் சாயம் எடுக்கும் தொழிலிலும் ஈடுபட்டனர்.

உறவுப் பெயர்

உறவுப் பெயர்கள் தமிழில் இடம், சாதி, சாதிதான் மண உறவு முறைகள் ஆகியவை காரணமாகப் பல்வேறு வகைப்பட்டு விளங்குகின்றன. பொதுவாகத் திராவிட மொழி பேசும் மக்கள் மணஉறவுக்குரிய மாற்று உறவுகளை நீக்ஷீஷீஉஉ நீஷீஞுஉவீஸீ கூஷீமீறீணீமீ வீஷீஸீஉலீவீஜீ கொண்டுள்ளனர். எனவே உறவுமுறைச் சொற்களின் வகையும் பெருக்கமும் தமிழில் மிகுதியாகவே உள்ளன.

உறவுப் பெயர்கள் பொதுவாக விளிப்பெயர்களாகவே விளங்குகின்றன. அம்மை, அப்பன், மாமன், அக்கன், தாத்தன், ஐயன் ஆகிய பெயர்கள் அம்மா, அப்பா, மாமா, அக்கா, தாத்தா, ஐயா எனவே வழங்கி வருகின்றன. இவற்றுள் அக்காவைக்

குறிக்கும் 'அக்கன்' என்ற பெயர் வழக்கு முற்றிலுமாக மறைந்து போய்விட்டது; கல்வெட்டுக்களில் மட்டும் காணப்படுகிறது. 'அண்ணாழ்வி' என்ற பெயர் வழக்கு அண்ணன், அண்ணாவி என மாறி வழங்குகிறது. சிறுமை அல்லது இளமை என்னும் பொருள்தரும் 'நல்' என்னும் முன்னொட்டு, சில இடங்களில் மட்டும் 'நல்லப்பன்' என்ற பெயரில் வழங்கி வருகிறது. இதற்குச் 'சிற்றப்பன்' என்று பொருள். இப்பெயர் நேரிடையாக வழங்காத இடங்களிலும் 'நடக்க மாட்டாதவன் நல்லப்பன் வீட்டில் பெண் எடுத்தானாம்!' என்று சொவ்லடையாக வழங்கி வருகிறது. அதுபோலவே தம் + அப்பன் = தமப்பன் என்ற சொல் 'தகப்பன்' என்று புழக்கத்தில் உள்ளது. தமப்பன் என்ற சொல்லே பெரியாழ்வார் பாசுரத்திலும், கல்வெட்டுக்களிலும் காணப்படுகிறது. தமக்கை என்ற சொல்லையும் தம் + அக்கை என்றே பிரித்துக்கொள்ளவேண்டும்.

அண்ணனைக் குறிக்க இலக்கியங்களில் வழங்கிவரும் 'தமையன்' என்ற சொல்லையும் இவ்வாறே 'தம் + ஐயன்' எனப் பிரிக்கலாம். மூத்தவனைக் குறிக்க 'முன்' என்னும் சொல் இலக்கியங்களில் வழங்கி வருகிறது. அதுபோல பின் பிறந்த இளையவனைக் குறிக்க 'பின்' என்னும் சொல் வழங்கி யிருக்கலாம். 'தம் பின்' என்ற சொல்லே 'தம்பி' என மருவி யிருத்தல் கூடும் என்பர்.

தங்கை என்னும் சொல் அக்கை என்னும் சொல்லின் எதிர் வடிவமாகப் பிறந்திருக்க வேண்டும். இந்த இரு பெயர்களும் 'அச்சி' என்னும் விகுதி ஏற்று (இடைச்சி, கொடிச்சி, வலைச்சி) அக்கச்சி, தங்கச்சி என வழங்கப்பட்டிருக்கின்றன. இப்பொழுது அக்கச்சி என்னும் வடிவம் கவிதைகளில் மட்டும் வழக்கத்திலி ருக்கிறது.

அப்பனின் அப்பனைக் குறிக்க 'மூத்தப்பன்' என்ற சொல் வழங்கி வந்திருக்கிறது. 'எந்தை தந்தை தந்தை தந்தை தம் மூத்தப்பன்' என்பது பெரியாழ்வார் பாசுரம். இன்றும் மூத்தப்பன் என்னும் சொல் மலையாளத்தில் தாத்தாவைக் குறிக்கவே வழங்குகிறது. பந்தல்குடியில் கிடைத்த முதல் இராசராசன் காலத்து வட்டெழுத்துக் கல்வெட்டில் தாத்தாவையும் பாட்டியையும் குறிக்க 'முத்தப்பன்', 'முத்தம்மை' என்ற சொற்கள் ஆளப்பட்டுள்ளதைக் கல்வெட்டறிஞர் வெ. வேதாசலம் எடுத்துக்காட்டுகிறார். தமிழ் முசுலிம்களில் சிலர் 'மூத்தவாப்பா' அல்லது 'முத்துவாப்பா' என்று தாத்தாவை அழைக்கின்றனர்.

அத்தன் என்ற பழந்தமிழ்ச் சொல்லாலும் இவர்களில் சிலர் அப்பாவைக் குறிக்கின்றனர்.

அப்பா என்பதைப்போல விளியாக வரும் இன்னொரு சொல் அம்மா. இதன் மூல வடிவம் அம்மை என்பதுதான். பிறந்த குழந்தையின் அழுகை விளியிலிருந்து இந்தச் சொல் பிறந்திருக்க வேண்டும். 'அம்மா' என்ற சொல் 'கேட்பித்தல்' என்னும் பொருளை உடையது. 'அம்ம கேட்பிக்கும்' என்று தொல்காப்பியர் கூறுவதும் நோக்கத்தக்கது. தாங்கவியலாத வேதனை, வியப்பு, மகிழ்ச்சி ஆகிய இடங்களில் தன்னை மறந்து ஒலிக்கும் அம்மா என்ற சொல், "என்னைப் பாருங்கள், கேளுங்கள்" என்ற பொருளில்தான் ஒலிக்கப்படுகிறது. குழந்தைகள் கேட்பதற்காகப் பாடப்படும் தாலாட்டிலும் மற்றையோர் கேட்பதற்காகப் பாடப்படும் ஒப்பாரி, கதைப் பொய் ஆகியவற்றிலும் இந்தச் சொல், 'கேளுங்கள்' என்ற பொருளில்தான் வழங்கி வருகிறது. பொதுவாகப் பெண்ணைப் பரிவோடு அழைக்கும் சொல்லாகவும் இது வழங்கி வருவதைக் காண்கிறோம்.

தாய் தந்தை என இப்பொழுது வழங்கிவரும் சொற்களின் மூல வடிவம் ஆய் ஆந்தை என்பதே. தாய் என்பதைத் தாயம் (உரிமை) என்னும் சொல்லோடு தொடர்புபடுத்தி 'உரிமையுடையவள் தாய்' எனச் சிலர் விளக்கம் தருகின்றனர். ஆய் என்பதே மூலச்சொல். ஆயின் ஆய் (பாட்டி) ஆயா(ய) என அழைக்கப்படுகிறாள். என் தாய், உன் தாய் என்ற பொருளில் சங்க இலக்கியத்தில் யாய், ஞாய் ஆகிய சொற்களைக் காண்கிறோம்.

தன்ஆய் தாய் ஆனது போலவே, தன்அந்தை தந்தையாகி இருக்கிறது. எந்தை, நுந்தை முதலிய இலக்கியச் சொற்களை என் + அந்தை, நும் + அந்தை என்றே பிரித்துக் காண வேண்டும். மரூஉ இலக்கணமாக ஆதன் + தந்தை – ஆந்தை எனக் கொள்ளுவதும் தவறு. அதன் அந்தை எனக் குறிப்பதே சரி.

பழங்குடி மக்களைப் பற்றி ஆராய்ந்த எல். அனந்தகருஷ்ண ஐயர் தமிழகத்தின் தென்னெல்லைப் பகுதியான பத்மநாபபுரம் பகுதியில் வாழும் மலைவேடன் எனப்படும் பழங்குடி மக்கள், தந்தையை 'அந்தை' என்றும், பெரியப்பாவை 'வலியந்தை' என்றும் அழைப்பதைக் கண்டுபிடித்துக் கூறியுள்ளார். (ஜிலீமீ

ஜிகஷீணீஸ்ணீஸீநீஷீகஷீமீ ஜிகஷீவீதீமீஷ – சிணீஉமீ வீமீஷ, கஷிஷீறீ. மி.றி. 151)

மாமன், மாமி, நாத்தூண் நங்கை என வழங்கும் சொற்களின் மூலச்சொற்களைக் கண்டுபிடிக்க இயலவில்லை. அண்ணன் மனைவி அண்ணியானது போல மாமன் மனைவி மாமி ஆகியிருக்க வேண்டும். அம்மையுடன் பிறந்தவனைக் (தாய் மாமன்) குறிக்கும் சொல்லாக 'அம்மான்' வழங்குகிறது. இச்சொல் இன்றும் நாட்டுக்கோட்டைச் செட்டியார்களிடம் வழங்கி வருகிறது. 'அத்திம்பேர்', 'அம்மாஞ்சி' முதலியன பார்ப்பனர்கள் பயன்படுத்திவரும் சொற்களாகும். தந்தையுடன் பிறந்தவளான அத்தையின் மகனைக் குறிக்க 'அத்திம்பேர்' என்ற சொல்லும், அம்மான் மகனைக் குறிக்க 'அம்மாஞ்சி' என்ற சொல்லும் வழங்கி வருகின்றன. அம்மாஞ்சி என்ற சொல் அம்மான் சேய் என்பதன் திரிபு. அத்தையன்பர் என்பதே அத்திம்பேர் எனத் திரிந்ததாகச் சிலர் கருதுகின்றனர்.

மைத்துனன், மைத்துனி என வழங்கும் சொற்கள் மைதுன (பாலியல்) உறவின் அடிப்படையில் வந்ததாகும். 'மைதுன' என்பது வடமொழி. இச்சொல் கி.பி. 10ஆம் நூற்றாண்டில் இராசராசன் கல்வெட்டுக்களில் 'நன்மச்சுனன்' என்றே வழக்குச் சொல்லாக வருகிறது. 'மைத்துனன் நம்பி மதுசூதன்' என்று பாலியல் உறவுக்குரிய காதலனைக் குறிக்கிறது. கி. பி. 7ஆம் நூற்றாண்டின் ஆண்டாள் பாசுரம். மைத்துனி என்ற சொல்லே தென் மாவட்டங்களில் 'மதினி', 'மயினி' என வழங்கி வருகிறது. திருவாங்கூர்ப் பழங்குடி மக்களில் சிலரும் இன்றைய மலையாளிகளும் 'மைத்துனன்' என்பதற்கு மாற்றாக 'அளியன்' என்ற சொல்லை வழங்கி வருகில்றனர். இதற்குக் 'கனிவுக்கும் அன்புக்கும் உரியவன்' என்று தமிழ் இலக்கிய மரபினை உணர்ந்தவர்கள் பொருள் கூறுகின்றனர். மைத்துனன் என்பதனைக் குறிக்கும் பழந்தமிழ்ச் சொல்லாக இதனையே கொள்ள முடிகிறது.

மக்கட் பெயர்

ஒரு சமூகத்தின் ஆசைகளும் கடந்த கால நினைவுகளும், எதிர்பார்ப்புகளும், அழகுணர்ச்சியும், நம்பிக்கையும் மனிதனுக்குப் பெயரிடும் வழக்கத்தில் பொதிந்து கிடப்பதைக் காணலாம். தமிழர்கள் கடந்த இருபது நூற்றாண்டுகளாக எவ்வெவ்வகையில் எவ்வெவ்வாறு எல்லாம் மனிதர்களுக்குப்

பெயரிட்டு வழங்கினர் என்பதைக் காலவாரியாகக் காண்பது சுவையும் பயனும் தரும் முயற்சியாகும்.

இருபதாம் நூற்றாண்டுத் தமிழர்களின் பெயர் வழக்குகளில் காணப்படும் கூறுகளை முதலில் வரிசையிட்டுப் பார்க்கலாம். தெலுங்கு, கன்னடம், மலையாளம், சௌராட்டிரம் ஆகிய மொழி பேசும் மக்கள் தமிழகத்தில் குடிபுகுந்ததனால் ஏற்பட்ட செல்வாக்கு ஒரு புறம். வேதங்கள், இதிகாசங்கள், புராணங்களை உயர்த்திப் பிடிக்கும் பார்ப்பனியச் செல்வாக்கு இன்னொருபுறம். தேசிய, திராவிட, பொதுவுடைமை இயக்கங்களின் செல்வாக்கு மற்றொரு புறம். இவற்றோடு பத்திரிகைகள், வானொலி, தொலைக்காட்சி ஆகியவை ஸ, ஜ, ஷ, ஹ, ஸ்ரீ ஆகிய ஒலிகளின்மீது ஏற்படுத்தி வைத்திருக்கும் போலிக் கவர்ச்சி, கிறித்துவமும் ஆங்கிலமும் கலந்து ஏற்படுத்திய தூய ஆங்கில அல்லது புதிய தமிழ்ப் பெயராக்கங்கள் என இக்காலத் தமிழரின் பெயரிடும் மரபு வேடிக்கைக் கோலங்கள் பலவற்றைக் காட்டி நிற்கிறது.

இந்த வேடிக்கை கோலங்களுக்கு நடுவில் கண்ணன், குமரன், முருகன், சாத்தன் அகிய மிகச் சில பெயர்களை மட்டும் தமிழர்கள் தம் மக்களுக்குத் தொடர்ந்து இட்டு வழங்குவது வியப்புக்குரியதுதான். கி.பி. 17ஆம் நூற்றாண்டுவரை தமிழ் மக்களின் இயற்பெயர்கள் பெரும்பாலும் நான்கு அல்லது ஐந்து எழுத்துப் பெயர்களாகவே இருந்து வந்திருக்கின்றன.

அரசியல், சமூகம், ஆன்மீகம் ஆகிய துறைகளில் செல்வாக்குப் படைத்தவர்களை இயற்பெயர் இட்டு வழங்குவது மரியாதைக் குறைவு என்ற எண்ணமும் பல நூற்றாண்டுகளாகத் தமிழர்களுக்கு இருந்திருக்கிறது. ஏறைக்கோன், மலையமான். ஆவூர்கிழார், கோவூர்கிழார், அரிசில்கிழார், இளங்கோ, ஆரூரன், கழுமலவூரன், வாதவூரடிகள், பெரியாழ்வார் போன்ற பெயர்களைச் சான்றாகக் காட்டலாம்.

பக்தி இயக்கமாக எழுச்சி பெற்ற சைவமும் வைணவமும் தமிழர்களின் பெயரிடும் மரபைத் தலைகீழாக மாற்றிக் காட்டின. அரசியல் அதிகாரத்தில் இருந்தவர்கள் விசயாலயன், ஆதித்தன், பராந்தகன், சுந்தரன், உத்தமன், இராசராசன், இராசேந்திரன், குலோத்துங்கன், விக்கிரமன் என்று வடமொழிப் பெயர்களைத் தங்களுக்குச் சூட்டிக்கொண்டு மகிழ்ச்சி அடைந்தனர். கி.பி, ஏழாம் நூற்றாண்டு முதல் பெருகி வளர்ந்த பார்ப்பனியத்தின் செல்வாக்கிற்கு இந்தப் பெயரிடும் மரபுகளும் சான்றுகளாகும்.

இதே நேரத்தில் மற்றொரு புறத்தில் திருமுறைகளும் பாசுரங்களும் காட்டிய மொழி உணர்ச்சி மக்கள் பெயரிடும் மரபிலும் எதிரொலித்தது. எடுத்த பாதம், மழலைச் சிலம்பு, நீறணி பவளக்குன்றம், உய்ய நின்று ஆடுவான், கரியமால் அழகன், கரிய மாணிக்கம் எனத் தேவாரமும் ஆழ்வார் பாடல்களும் மக்கள் பெயர் வழக்குகளில் பதிவாயின. ஆவூர் மூலங்கிழார், ஏணிச்சேரி முடமோசியார் என ஊர்ப்பெயர் சார்த்தி வழங்கும் மரபு வளர்த்து தெய்வத் திருத்தலங்களின் பெயரையே மக்கள் பெயராக இடும் மரபு இக்காலத்தின்தான் உருவானது. ஐயாறன், ஆரூரன், திருமாலிருஞ்சோலை, கயிலாயன் எனத் திருத்தலப் பெயர்களை இடும் இந்த மரபும் காசி, திருப்பதி, பழநி, குற்றாலம், சிதம்பரம் என இன்றுவரை தொடர்ந்து வருகிறது.

சங்க காலத்திலிருந்து இரண்டாயிரம் ஆண்டுகளாகத் தொடர்ந்து இடப்பெற்றுவரும் பெயர் வழக்குகளாகச் சிலவற்றைப் பார்க்கிறோம். கண்ணன், குமரன், சாத்தன் (சாத்தையா, சாத்தப்பன்), நாகன் (நாகப்பன், நாகராசன், நாகம்மாள்), மருதன் (மருதையன், மருதப்பன், மருதமுத்து) ஆகியவற்றை இவ்வகையில் குறிப்பிடலாம்.

குறைந்தது ஐந்து நூற்றாண்டுக் காலம் தமிழகத்தில் செழித்து வாழ்ந்திருந்த சமண, பௌத்த மதங்களின் செல்வாக்கும், தமிழ் மக்களின் பெயர்களில் இன்றளவும் தங்கியுள்ளது. குணம் என்ற முன்னடையோடு கூடிய பெயர்களும் பாலன் என்ற பின்னடையோடு கூடிய பெயர்களும் சமணக் கல்வெட்டுக்களில் மிகுதியாகக் காணப்படுகின்றன. குணசீலன், குணசேகரன், குணபாலன், தனசீலன், தனபாலன், சத்யபாலன் ஆகிய பெயர் வழக்குகள் சமணத்தின் தொல்லெச்சங்களாகும். நாகேந்திரன், ஜீவேந்திரன் ஆகிய பெயர் வழக்குகளும் அவ்வாறே. சாத்தனார், சாத்தையா என்ற பெயர்களில் இன்றுவரை வணங்கப்பெறும் தெய்வங்களும் சமண மதத்தின் சிறு தெய்வங்களே.

தர்மராஜன் என்ற பெயரும் அர்ச்சுனன் என்ற பெயரும் பாண்டவர்களைக் குறிப்பதல்ல. தர்மராஜன் என்ற பெயர் புத்தருக்கு வழங்கிய பெயராகும். அப்பர் தேவாரத்தில் இந்தப் பெயர் மார்க்கண்டனுக்கும் கூறப்படுகிறது. புத்தம், தர்மம், சங்கம் என்பது பௌத்தர்களின் மும்மைக் கோட்பாடு ஆகும். அதுபோலவே அர்ச்சுனன் என்ற பெயரும் மருதன் என்ற தமிழ்ப் பெயரின் வடமொழிப் பெயர்ப்பே.

இப்பொழுதும் வழங்கும் பெயர்களில் சோணை என்ற முன்னடைப் பெயரைத் தென்மாவட்டங்களில் பரவலாகக் காணலாம். சோணைமுத்து, சோணாசலம் என்பதாக இவை அமைகின்றன. 'பொன்' என்று பொருள்படும் பாலி மொழிச் சொல்லான 'சோணா' என்பதே இது. பாடலிபுத்திரத்தில் ஓடும் நதியினைச் சோணை (பொன்னி) நதி எனச் சங்க இலக்கியம் கூறும். 'தம்ம, அத்த' என வரும் பாலி மொழி சொற்கள் வடமொழியில் 'தர்ம்ம, அர்த்த' என்று வழங்கும். அது போலவே 'சோண' என்ற பாலிமொழிச்சொல் சுவர்ண – சொர்ண (தங்கம்) என ஒலிமாற்றம் பெற்று வந்துள்ளது. சோணைமுத்து என்ற பெயருக்குத் 'தங்கமுத்து' என்று பொருள். சோணாசலம் என்றால் 'தங்கமலை' என்று பொருள்.

மண்ணாங்கட்டி, அகோரம், ஆபாசம், அமாவாசை, பிச்சை முதலிய பெயர் வழக்குகள் மந்திர நம்பிக்கையின் அடிப்படையில் பிறந்தவை. குழந்தைகளைத் தீய ஆவிகள் அண்டாது என்ற நம்பிக்கையில் இவை விரும்பி இடப் படுகின்றன. இந்த நம்பிக்கை ஒடுக்கப்பட்ட சாதியாரிடத்தேதான் வலுவாக இருக்கிறது என்பதும் குறிப்பிடத் தகுந்தது.

ஒடுக்கப்பட்ட மக்களிடத்திலே பரவலாக வழங்கும் பெயர்களாக இன்றும் சில பெயர்களை அடையாளம் காண்கின்றோம். அமாவாசை, ஆபாசம், பலவேசம், கழுவன், விருமன், ஓச்சன், சுடலை, கருப்பன், பேச்சி, பிச்சை, ஆண்டி முதலியவை பெரும்பாலும் சிறு தெய்வப் பெயர்களை ஒட்டி அமைந்தவை. இவை அரசியல் அதிகாரத்தால் ஒடுக்கப்பட்ட மக்களிடத்தில் மட்டுமே வழங்கப்பெறும் பெயர்களாகும். அதாவது இவை 'கீழோர் மரபு' சார்ந்த பெயர்களாக அறியப்படும். பெருந்தெய்வங்களின் பெயர்களையோ, பெரியசாமி, ராஜா என மேன்மை சுட்டும் பெயர்களையோ ஒடுக்கப்பட்ட சாதியினர் தம் பிள்ளைகளுக்கு இட முடியாதவாறு பண்பாட்டு ஒடுக்குமுறை நிலவியது. மேல்சாதியார் அவர்களை வேலை ஏவும்போது இந்தப் பெயர்களால் அழைப்பது தங்களுக்குக் 'கௌரவக்குறைவு' என்று கருதினர். இவ்வகையான பெயர் வழக்குகளும் அடையாளங்களும் 15ஆம் நூற்றாண்டுவரை இலக்கியங்களிலோ கல்வெட்டுக்களிலோ காணப்படவில்லை. வரலாற்றுப் போக்கில் பெயரிடும் முறையில் மேலோர், கீழோர் என்ற பிரிவு 15ஆம் நூற்றாண்டில் பிறந்த விசயநகரப் பேரரசு எனும் இந்து

சாம்ராஜ்யத்தினால் விளைந்தவை ஆகும்.

அதன் பின்னர் இருபதாம் நூற்றாண்டுவரை தமிழ்நாட்டு மக்கள் பெயர் மரபுகளில் பெரிய மாற்றம் ஏதும் நிகழ்ந்து விடவில்லை. இருபதாம் நூற்றாண்டில் மக்கட் பெயறிடும் மரபில் ஏற்பட்ட மாற்றங்கள் தனியாகப் பேசத்தக்கவை.

தங்கையும் அண்ணனும் தாய்மாமனும்

திராவிடப் பண்பாட்டை அடையாளம் காட்டக்கூடிய தனித்த கூறுகளில் ஒன்று, 'தாய்மாமன்' என்ற உறவு நிலை ஆகும். தமிழ் நாட்டில் மட்டுமன்றி ஆந்திர, கன்னட, கேரள நிலப்பகுதிகளிலும் பார்ப்பனரல்லாத மக்களிடையே இந்த உறவு அழுத்தம் மிகுந்ததாக விளங்குகிறது.

திருவனந்தபுரம் மன்னர் குடும்பத்தில் இன்றுவரை அடுத்த 'மகாராஜா'வாக மன்னரின் உடன்பிறந்தவள் மகனே முடிசூட்டிக் கொள்கிறார். அரசுரிமை என்பது தந்தைவழிச் சொத்தாக அமையாமல் தாய்மாமன் சொத்தாக அமைகிறது. நான்கு மாநிலங்களிலும் தாய்மாமன் குடும்ப விழாக்களிலும், நிகழ்வுகளிலும் தனித்த மரியாதை பெறுபவனாக அமைகிறான். மற்ற மாநிலங்களைவிடத் தமிழ்நாட்டில் இந்த உறவு இன்றும் வலிமையாக வேரூன்றியுள்ளது. கடந்த நாற்பதாண்டுக் காலத் தமிழ்த் திரைப்படங்களிலும் (வலிமையான, நவீனமான தொடர்பு சாதனத்தில்) அண்ணன் – தங்கை உறவு வற்றாத கதைப் பொருளாக அமைந்துள்ளது.

தாய்மாமன் என்பது அண்ணன் – தங்கை உறவின் அடுத்த கட்டம். தங்கை தாயாகும்போது அண்ணன் தாய்மாமனா கிறான். நடைமுறையில் அக்காவும் தம்பியுமாக இருந்தாலும் உறவுநிலை இதுவே.) இக்காலத் திரைப்படங்கள் மட்டுமன்றிப் பழங்காலப் பண்பாட்டு அசைவுகளிலும் இதன் வளர்ச்சியைப் பேரளவில் காட்ட முயும். நாட்டார் வாய்மொழிக் கதைகளிலும், தெய்வக் கதைகளிலும், கதைப் பாடல்களிலும், "ஏழு அண்ணன்மாருக்கு ஒரே தங்கச்சி" என்ற வடிவத்தைப் பலமுறை காணமுடிகிறது. கொங்கு நாட்டின் புகழ்பெற்ற சிறுதெய்வ வழிபாடு அண்ணன்மார் சுவாமிதான்.

பெண்களால் ஆக்கப்பட்ட வாய்மொழி இலக்கியமான தாலாட்டின் நாயகனாகக் குழந்தையின் தாய்மாமனே அமைகிறான். அவன் கொண்டுவரும் சீரும், அவன் செல்வ

வளமும், அவன் அன்புமே தாலாட்டின் அழகிய சொற்களாகும். ஒப்பாரியிலோ அவன் மனைவி 'துயரங்களின் மூலவடிவமாக' ஆகிவிடுகிறாள். உடன்பிறந்தவன் மனைவியும் அவள் கொடுமையும் உறவுகள் அற்றுப்போகக் காரணங்களாகக் காட்டப்படுகின்றன.

நடைமுறையில் அண்ணன் – தங்கை உறவு பெண்ணின் ஆதிக்கத்தை நிலைநாட்டுவதுபோல அமைகிறது. அதாவது அண்ணன் தன் தங்கைக்குக் கடமைப்பட்டவனாகவும் தங்கை தன் அண்ணன் மீது உரிமைகளை மட்டுமே உடையவளாகவும் ஆகிவிடுகின்றனர். கடமைகளை மட்டுமே உடைய அண்ணன், இனக்குழுத் தன்மையுடைய சாதிய அமைப்பில் சபை மரியாதை பெறுபவனாக அமைந்துவிடுகிறான். அதிலே அவன் மிகப் பெரிய மனநிறைவு பெறுகிறான்.

தங்கை திருமணத்தில் மாப்பிள்ளையின் கால்களைக் கழுவி மணவறைக்கு அழைத்து வருவது, கைப்பிடித்து மண மேடையைச் சுற்றச் செய்வது, தங்கைக்குச் சீர் கொண்டு செல்வது, அவள் குழந்தை பிறந்தவுடன் சீர் செய்வது, குழந்தையின் காதணி விழாவில் சீர் செய்வது, பெண் குழந்தை பூப்படைந்தவுடன் சீர் செய்வது, அவள் திருமணத்திலும் தாய்மாமன் சீர் செய்வது, தங்கை தன் கணவனை இழந்தால் பிறந்த வீட்டின் சார்பாகக் 'கோடி' (துணி) எடுத்துக் கொடுப்பது, தன் திருமணத்தில் தங்கைக்குச் சீரும், துணிகளும் தருவது, தன்னுடன் சேர்ந்து மணமகளுக்குத் தாலி கட்டும் உரிமை யினையும் தங்கைக்குத் தருவது என அவன் கடமைகள் விரிகின்றன.

தங்கையின் குடும்பத்தின்மீது அண்ணன் ஒரே ஒரு உரிமையை மட்டும் பெற்றவனாகிறான். தங்கை, தமக்கையின் பெண் பூப்படைகின்றபோது அவள் மீதான 'பாலியல் உரிமை' தாய்மாமனுக்குத் தானாகவே கிடைத்துவிடுகிறது. 'அக்காள் மகள் மூக்கால் கொழுந்தி' என்ற சொல்லடை இன்றளவும் பெரும்பாலான சாதிகளில் வழங்கி வருகின்றது. இது முதற்கட்ட உறவு நிலையாகும். ஆனால் ஒரே சாதிக்குள்ளே சில உட்பிரிவுகளில் இந்த உறவு நிலை கடுமையாக விலக்கப்படுகிறது. வேறு வகையில் சொல்வதானால் இந்த ஒரு வழக்கம் காரணமாகவே ஒரு சாதி தனித்தனியாகப் பிரிந்து இரண்டு சாதிகளாக நிற்பதையும் பரவலாகக் காணலாம். தாய்மாமனுக்கும் மணப்பெண்ணுக்கும் இடையிலுள்ள வயது

வயது வேறுபாடு, அதன் விளைவாகப் பிறந்த பாலியல், பொருளியல் சிக்கல்கள் காரணமாகப் பெரும்பான்மையான சாதிகள் இந்த வழக்கத்தைக் கைவிட்டு வருகின்றன.

தாய்மாமன் மகள் அல்லது மகன் மீதான 'பாலியல் உரிமை' ஆணுக்கும் பெண்ணுக்கும் பிறப்பிலேயே கிடைத்து விடுகிறது. ஐம்பதாண்டுகளுக்கு முன் முறைப்பெண்ணோ (சில இடங்களில் முறை மாப்பிள்ளையோ) கடத்திச் செல்லப்பட்டால் சாதிப் பஞ்சாயத்து அதை ஒரு வழக்காகவே எடுத்துக் கொண்டதில்லை. கிறித்தவராகவோ, இசுலாமியராகவோ மாறிய பின்னரும்கூடத் தாய்மாமன் உறவின் இறுக்கத்தைத் தமிழர் மணவுறவுகளில் வலுப்படுத்தக்கொண்டே வந்துள்ளனர்.

பெண்ணுக்குச் சொத்துரிமை மறுக்கப்பட்ட சமூக அமைப்பில் அவள் பிறந்த வீட்டுக்குப் பெண் கொடுத்தோ, பெண் எடுத்தோ தன் சொத்துரிமை உணர்வை நிறைவு செய்ய முயல்கிறாள். மீண்டும் மீண்டும் இரத்த உறவுக்கு முயலும் போக்கில் அண்ணன் தங்கை என்ற உணர்வு மிக வலிமையானதாக மாறுகிறது. முறைப் பெண், முறை மாப்பிள்ளை என்ற மணஉறவு முறையினைப் 'பார்ப்பனியம் ஏற்றுக்கொள்ளாது' என்று ஜே. எச். ஹட்டன் போன்ற மானிடவியல் அறிஞர்கள் வற்புறுத்துகின்றனர். இந்த மண உறவு முறையினை நீக்ஷீஷீஉவ நீஷீஹுஉவீஸீ னீணீக்ஷீக்ஷீவீணீரீமீ என்று குறிப்பிடுசின்றனர். பெண்ணின் சொத்துரிமை உணர்வினை நிறைவு செய்யப் பிறந்த காரணத்தால்தான் தாய்மாமன் 'கடமைகளை' உணர்வுபூர்வமாகச் செய்யும் கடமையுடையவனாகிறான்.

தாலியும் மஞ்சளும்

தாலி கட்டுதல், திருப்பூட்டுதல், மாங்கல்யதாரணம் ஆகிய சொற்கள் திருமணத்தில் பெண்ணின் கழுத்தில் ஆண் தாலிஅணிவிப்பதைக் குறிக்கின்றன. தாலிகட்டும் நிகழ்ச்சி நடக்கும்போது மணமக்களுக்குப் பின்னால் மணமகனின் சகோதரி அல்லது சகோதரி முறை உள்ளவர்கள் கட்டாயம் நிற்க வேண்டும். தாலி முடிச்சுப் போட மணமகனுக்கு அவள் உதவி செய்யவேண்டும். தமிழ்நாட்டில் பெருவாரியாக நிலவி வரும் வழக்கம் இதுவே.

மணவறையில் அல்லாமல் ஊர் மந்தையில் நின்றுகொண்டு தாலிகட்டும் வழக்கமுடைய சாதியாரிடத்திலும் சகோதரி

மணமகனுக்குத் தாலி கட்டத் துணை செய்கிறாள். ஒன்றிரண்டு சாதியாரிடத்தில் இரண்டு வீடுகளுக்கு இடையிலுள்ள சந்து அல்லது முடக்குக்குள் சென்று மணமகன் மணமகளுக்குத் தாலி கட்டுவது சில ஆண்டுகளுக்கு முன்வரை வழக்கமாக இருந்தது. இது வன்முறையாகப் பெண்ணை வழிமறித்துத் தாலிகட்டிய வழக்கத்தின் எச்சப்பாடாகும்.

ஒரு நூற்றாண்டுக்கு முன்பு வரை சில சாதியாரிடத்தில் மணமகன் திருமண நிகழ்ச்சிக்கு வரமுடியாதபோது மணமகனை அடையாளப்படுத்த அவன் வைத்திருக்கும் பொருள்களில் ஒன்றைக் கொண்டுவந்து மணமகளின் பக்கத்தில் வைத்து மணமகனின் சகோதரி தாலி கட்டுகிற வழக்கம் இருந்திருக்கிறது.

மதுரை மாவட்டம் மேலூர் வட்டத்தில் வாழும் அம்பல காரர்களிடத்தில் மணமகனுக்குப் பதிலாக அவனுடைய வளைதடியைக் (வளரி) கொண்டு போய் அவனுடைய சகோதரி மணப்பெண்ணுக்குத் தாலிகட்டுகிற வழக்கம் இருந்துள்ளது. மணமகன் இல்லாமலேயே மணமகளுக்குத் தாலிகட்டும் வழக்கம் இருந்துள்ளது என்பதற்கு இவை சான்றுகளாகும்.

தாலி என்ற சொல்லின் வேர்ச்சொல்லை இனங்காண முடியவில்லை. ஆனால் தாலி, தாலாட்டு ஆகிய சொற்களைக் கொண்டு தாலி என்பது தொங்கவிடப்படும் அணி (காதணி, மூக்கணி, விரலணி போல) என்று கொள்ளலாம்.

நமக்குக் கிடைக்கும் தொல்லிலக்கியச் சான்றுகளிலிருந்து (சங்க இலக்கியம், சிலப்பதிகாரம்) அக்காலத்தில் தாலிகட்டும் பழக்கம் இருந்ததில்லை என்றே தோன்றுகிறது.

தமிழர் திருமணத்தில் தாலி உண்டா இல்லையா என்று தமிழறிஞர்களுக்கு மத்தியில் 1954இல் ஒரு பெரிய விவாதமே நடந்தது. இதைத் தொடங்கி வைத்தவர் கவிஞர் கண்ணதாசன். தாலி தமிழர்களின் தொல் அடையாளந்தான் என வாதிட்ட ஒரே ஒருவர் ம.பொ.சி. மட்டுமே.

கி.பி. 10ஆம் நூற்றாண்டுவரை தமிழ்நாட்டில் தாலிப் பேச்சே கிடையாது என்றார் கா. அப்பாத்துரையார். பெரும்புலவர் மதுரை முதலியாரும் ஆய்வறிஞர் மா. இராசமாணிக்களாரும் பழந்தமிழர்களிடத்தில் மங்கலத்தாலி வழக்கு இல்லை என உறுதியுடன் எடுத்துக் கூறினர்.

தொல் பழங்குடி மக்கள் பிள்ளைகளைத் தீயவை அணுகாமல்

காப்பதற்குப் பிள்ளைகளின் இடுப்பில் அரைஞாண் கயிற்றில் சில பொருள்களைக் கோத்துக் கட்டும் வழக்கம் இருந்தது. அவ்வழக்கம் மிக அண்மைக்காலம் வரைகூட நீடித்தது. இவ்வாறு ஐந்து பொருள்களைப் பிள்ளைகளின் அரைஞாண் கயிற்றில் கட்டுவதைச் சங்க இலக்கியங்கள், 'ஐம்படைத் தாலி' என்று குறிப்பிடுகின்றன. அண்மைக்காலம் வரையிலும் கூடக் கிராமப்புறங்களில் குழந்தைகளின் அரைஞாண் கயிற்றில் நாய், சாவி, தாயத்து, காசு, அரசிலை ஆகிய உருவங்களைச் செய்து கட்டுவது வழக்கமாயிருந்தது.

நந்தனாரின் சேரிக் குழந்தைகள் அரைஞாண் கயிற்றில் இரும்பு மணி கட்டியிருந்ததாகப் பெரிய புராணத்தில் குறிப்பு உள்ளது. எனவே தாலி என்னும் சொல் கழுத்துத்தாலியைத் தொடக்க காலத்தில் குறிப்பிடவில்லை என்பது தெளிவு. கி.பி. 7ஆம் நூற்றாண்டில் திருமணச் சடங்குகளை ஒவ்வொன்றாகப் பாடுகின்ற ஆண்டாளின் பாடல்களில் தாலி பற்றிய பேச்சே கிடையாது என்பதையும் நினைவில் கொள்ளவேண்டும்.

மாறாக, வீரத்தின் சன்னமான புலிப்பல்லைத் தாலியாக ஆண்கள் அணிந்த செய்தியைச் சங்க இலக்கியங்களில் காண்கிறோம். தான் கொன்ற புலியின் பல்லை எடுத்து வீரத்தின் சின்னமாக அண் தன் கழுத்தில் கோத்துக் கட்டிக்கொண்டால் அதைப் 'புலிப்பல் தாலி' என்று குறிப்பிட்டுள்ளார்.

'புலிப்பல் கோத்த புலம்பு மணித்தாலி (அகநா : 54)'

'புலிப்பல் தாலிப் புன்தலைச் சிறார் (புறநா : 374)'

'இரும்புலி எயிற்றுத் தாலி இடையிடை மனவுகோத்து' (பெரிய புராணம்) என்பவையெல்லாம் ஆண்தாலி பற்றிய இலக்கியச் சான்றுகளாகும்.

தமிழ்நாட்டில் ஆதிச்சநல்லூர் உட்பட பல்வேறு இடங்களில் தோண்டி எடுக்கப்பட்ட புதை பொருள்களில் இதுவரை தாலி எதுவும் கிடைக்கவில்லை.

இப்போது பயன்படுத்தப்பட்டுவரும் தாலிகளில் சிறுதாலி, பெருந்தாலி, பஞ்சார (கூடு)த்தாலி, மண்டைத் தாலி, நாணல் தாலி (ஞாழல் தாலி), பார்ப்பாரத் தாலி, பொட்டுத்தாலி ஆகியவை முக்கியமானவை.

ஒரு சாதிக்குள்ளேயே அதன் உட்பிரிவுகள் சிறுதாலி – பெருந்தாலி வேறுபாட்டால் அடையாளப்படுத்தப்பட்டன. ஒரு

காலத்தில் உணவு சேகரிப்பு நிலையில் வாழ்ந்த சில சாதியார் இன்றுவரை கழுத்தில் தாலிக்குப் பதிலாகக் 'காறைக்கயிறு' எனும் கருப்புக்கயிறு கட்டிக்கொள்கின்றனர். கழுத்தில் காறை எலும்பை ஒட்டிக் கட்டப்படுவதால் அது காறைக்கயிறு எனப் பெயர் பெற்றது. பார்ப்பாரத் தாலி என்பது பெண்ணின் மார்புகள் போன்ற இரண்டு உருவத்திற்கு நடுவில் ஒரு உலோகப் பொட்டினை வைத்துக்கொள்வதாகும். இது மனிதகுல வரலாற்றில் ஏதோ ஒரு தொல்பழங்குடியினரின் கண்டுபிடிப்பாக இருக்கவேண்டும்.

கிபி. 10ஆம் நூற்றாண்டு முதலே தமிழகத்தில் பெண்ணின் கழுத்துத்தாலி புனிதப் பொருளாகக் கருதப்பட்டு வந்துள்ளதாகக் கொள்ளலாம். அதன் பின்னரே கோவில்களிலும் பெண் தெய்வங்களுக்குத் தாலி அணிவிக்கப்பட்டது. திருக்கல்யாண விழாக்களும் நடத்தப்பட்டன. நாளடைவில், 'தாலி மறுப்பு' என்பது கனவிலும் நினைத்துப் பார்க்க முடியாத ஒன்றாக மாறிவிட்டது. தம் குலப் பெண்களுக்கு மேலாடை அணியும் உரிமை கோரி குமரிப்பகுதி நாடார்கள் நடத்திய தோள்சீலைப் யோராட்டத்தை ஒடுக்க அன்று நாயர்கள் நாடார் பெண்களின் தாலிகளை அறுத்தனர். அந்த இடம் இன்றும் 'தாலியறுத்தான் சந்தை' என்று வழங்கப்படுகிறது.

இந்தியச் சிந்தனையாளர்களில் தந்தை பெரியார்தான் முதன் முதலில் தாலியை நிராகரித்துப் பேசவும் எழுதவும் துவங்கினார். அவரது தலைமையில் தாலி இல்லாத் திருமணங்கள் நடைபெறத் தொடங்கின. ஆணுக்குப் பெண் தாலி கட்டும் அதிர்ச்சி மதிப்பீட்டு நிகழ்ச்சிகளும் சில இடங்களில் நடந்தன. பின்னர் 1968இல் அண்ணா காலத்தில் நிறைவேற்றப்பட்ட சுய மரியாதைத் திருமணச் சட்டம் தாலி இல்லாத் திருமணத்தைச் சட்டபூர்வமாக அங்கேரித்தது.

கடைசியாக ஒரு செய்தி சங்க இலக்கியங்களில் தாலி மட்டுமல்ல; பெண்ணுக்குரிய மங்கலப் பொருள்களாக இன்று கருதப்படும் மஞ்சள், குங்குமம் ஆகியவையும்கூடப் பேசப்படவே இல்லை.

மஞ்சள் பூசிக் குளிப்பதும் மஞ்சள் கயிறு அணிவதும் பெண்ணுக்குரிய முக்கியமான விஷயங்களாக ஆகியுள்ளன. மஞ்சள் என்பது பெண்ணோடும் 'மங்களகரம்' என்பதோடும் இணைத்துப் பேசப்படுகிறது. ஆனால் ஆரோக்கியம் தொடர்பான ஒரு பொருளாகவே தமிழர் வாழ்வில் மஞ்சள்

முன்பு இருந்துள்ளது. கிருமி எதிர்ப்பு சக்தி மஞ்சளில் உள்ளதாகவும் கூறப்படுகிறது. 'நோக்கி யசோதை நுணுக்கிய மஞ்சளால்' கண்ணனை நீராட்டுவது பற்றிப் பெரியாழ்வார் பாசுரம் பேசுகிறது. எனவே குழந்தைக்குத் தேய்த்துக் குளிர்ப்பாட்டும் பொருளாக மஞ்சளைத் தமிழர்கள் பயன்படுத்தியது தெரியவருகிறது.

பூசு மஞ்சளில் புகழ் பெற்றது 'விறலி மஞ்சள்' ஆகும். விறல் என்றால் முகபாவனை. விறலி என்றால் முகபாவங்கள் மாற்றி அடக்கிற நடனமாடுகிற பெண்ணைக் குறிக்கும். அன்று கூத்தாடிய பெண்கள் விளக்கொளியில் நாட்டியமாடினர்; முகம் துணிப்பாகத் தெரிய மஞ்சள் அரைத்து முகத்தில் பூசிக் கொண்டனர். விறலியர் மட்டும் பூசிய மஞ்சளைக் காலப் போக்கில் குடும்பப் பெண்களும் பூசத் தொடங்கினர். விறலியரை மதியாத நம் சமூகம் விறலி மஞ்சளை மட்டும் கொண்டாடத் துவங்கியது; இன்றும் கொண்டாடி வருகிறது.

சங்கும் சாமியும்

தமிழ்நாடு நெடிய கடற்பரப்பினை உடைய மாநிலமாகும். பழந்தமிழ்ப் பண்பாட்டினை அடையாளப்படுத்துவதில் கடலில் விளையும் பொருள்களுக்குத் தனி இடமுண்டு. கிறித்துவுக்கு முற்பட்ட காலத்திலேயே கீழைக்கடலில் விளைந்த கொற்கை முத்து மேலைநாடுகளுக்கு ஏற்றுமதி ஆனது. தமிழ்ப் பண்பாட்டை அடையாளப்படுத்தும் கடல்விளை பொருள்களில் சங்கும் ஒன்று. சங்கு, சங்கம், வளை, நரல் ஆகியவை கடலில் விளையும் சங்கினைக் குறிக்கும் பழைய சொற்களாகும். வெண்சங்கம் என்பது 'வால்வளை' எனவும் சுட்டப்பட்டது.

பெரிய சங்குகளில் இருந்து பெண்களின் கைவளையல்கள் செய்யப்பட்டன. எனவே சங்குக்கு 'வளை' எனப் பெயர் ஏற்பட்டது. கொற்கையில் நடைபெற்ற தொல்லியல் ஆய்வில் வளையல்கள் அறுத்து எடுக்கப்பட்ட சங்கின் எஞ்சிய பகுதிகள் நிறையவே கிடைத்துள்ளன.

சங்கு தமிழர்களின் குடும்ப வாழ்விலும், சமூக வாழ்விலும் இன்றியமையாத ஒரு இடத்தினைப் பெற்றிருந்தது. தமிழர்கள் முச்சங்கம் வழக்கமுடையவர்கள் என்று கூறுவர். பிறப்பு, திருமணம், இறப்பு ஆதிய நிகழ்வுகள் முற்றிலும் சங்கொலித் துள்ளனர். இறப்பின்போது சங்கு ஊதும் வழக்கம் மட்டும்

தமிழகம் முழுவதும் பரவலாக இன்றும் இருந்து வருகிறது. இடைக்காலத்தில் ஏற்பட்ட சாதிப் படிநிலை அமைப்புக்கு ஏற்ப இது ஒற்றைச் சங்காகவோ, இரட்டைச் சங்காகவோ அமைகிறது. வைணவத் தீட்சை பெற்றவர்கள் இறந்தால் இத்துடன் பூண்கட்டிய திருச்சங்கம் ஒன்றும் தனியாக ஊதப்பெறுகிறது. அதற்குச் சில ஊர்களில் 'பெருமாள் சங்கு' என்றும் பெயர். இதனை 'வரி சங்கம்' என்று இலக்கியங்கள் கூறும். பிறப்புச் சங்கு என்னும் குழந்தை பிறந்தவுடன் சங்கினை ஊது மகிழ்ச்சியாகச் செய்து தெரிவிக்கும் பழக்கம் இன்று காணப் பெறவில்லை. ஆனால் திருமணத்தின்போது சங்கு ஊதும் பழக்கம் மதுரை, முகவை மாவட்டங்களில் சில ஊர்களில் காணப்பெறுகின்றது. முகவை மாவட்டத்தில் இடையர்களில் தாலிகட்டும் நேரத்தில் திருச்சங்கு ஊதும் வழக்கம் 1980 வரை இருந்தது. மதுரை மாவட்டம் மேலூர் கள்ளர் சாதியினரில் மணப்பெண்ணை மணமேடைக்கு அழைத்து வரும்பொழுது மணமகனின் சகோதரி திருச்சங்கு ஊதி அழைத்து வருகிறாள். இவை தமிழர்கள் இடத்தில் முச்சங்க வழக்கம் இருந்ததற்கான எச்சங்களாகும்.

சங்கு இடபபக்கமான புரியினை உடையதாகும். ஒரு இலட்சம் சங்குகளில் ஒன்று வலப்புறம் வளைந்த புரியினை உடையதாக இருக்கும் என்பர். வலம்புரிச் சங்கு அக்காலத்தில் அரண்மனைகளுக்கும் கோயில்களுக்கும் மடங்களுக்கும் சங்கு குளிக்கும் மீனவர்களால் வழங்கப்பெற்றுள்ளது. அதனுடைய விலை மதிப்பும் அதிகமானதாகும். வலம்புரிச் சங்கு பற்றிச் சங்க இலக்கியங்கள் அனைத்தும் பெருமையாகப் பேசுகின்றன. சங்கு குளிக்கும் மீனவர்கள் வலம்புரிச் சங்கு கிடைத்தால் கடற்கரையில் சங்கு ஊதி அந்தச் செய்தியை மகிழ்ச்சியுடன் பிறருக்குத் தெரிவித்தனர் என்ற சங்கப் பாடல் ஒன்று கூறுகிறது.

வளமை அல்லது செழிப்பின் சின்னமாகவே சங்கு பழந் தமிழர்களால் கருதப்பட்டது. சடங்குகளுக்குப் பின்னர் வையை அற்றில் சங்குகளையும், கிழிஞ்சல்களையும் இட்டதாகப் பரிபாடல் செய்தி தருறது. இன்றும் வீட்டில் தலைவாசல் நிலையினை அடுத்து சற்றே வெளியிலே தெரியும்படி கடல் சங்கினைப் புதைக்கும் வழக்கம் தென்மாவட்டங்களில் வழக்கத்தில் உள்ளது.

மேற்கூறிய செய்திகளே யன்றித் தமிழ் இலக்கியங்கள் கூறும் மற்றும் ஒரு செய்தியினையும் தென்மாவட்ட நடைமுறைகளில்

அறியலாம். பெருந்தெய்வக் கோயில்களிலும் சிறுதெய்வக் கோயில்களிலும், காலையிலும் மாலையிலும் கோயில் (நடை) திறக்கும் முன்பாகச் சங்கு ஊதும் வழக்கம் இருந்துள்ளது. இந்தச் சங்கினைப் பூக்கட்டும் தொழிலை உடைய பண்டாரம் என்னும் சாதியார் செய்து வருகின்றனர். திருச்சங்கு ஊதி, கோயில் நடைவாசல் திறக்கும் வழக்கத்தினைச் "செங்கல் பொடிக்கூறை வெண்பல் தவத்தவர் தங்கள் திருக்கோயில் சங்கிடுவான் போகின்றார்" என்று ஆண்டாள் திருப்பாவையில் குறிப்பிடு கின்றார். எனவே இந்த வழக்கம் கி.பி. 7ஆம் நூற்றாண்டில் இருந்தே வழக்கத்தில் இருந்து வருகிறது என்பதனை அறிகின்றோம். இக்காலத்தில் பூக்கட்டும் தொழிலை உடையவர்கள் செய்யும் இந்தப் பணியினை ஆண்டாளின் காலத்தில் தவத்தவர் (துறவிகள்) செய்து வந்துள்ளனர் என்று தெரிகிறது. தென்மாவட்டங்களில் சங்கு, சங்கன், சங்கையா, சூரசங்கு என்பன மக்கட் பெயராகவும் வழங்கி வருகின்றன. சங்குத்தேவன் தர்மம் என்றே ஒரு கதைக்குப் பெயரிட்டவர். புதுமைப்பித்தன், 'சுதந்திரச் சங்கு' என்ற இதழின் பெயரும், 'சங்கு நூலகம்', 'சங்கு சுப்பிரமணியன்' என்ற பெயர்களும் இருபதாம் நூற்றாண்டுத் தமிழர்கள் நன்கு அறிந்தவை.

நெல்லை மாவட்டத்தில் பழைய அம்மன கோயில்களில் வெளிப் பகுதியில் கிழக்கு ஓரமாகச் சங்குச்சாமியின் சிலைகள் இன்றும் காணப்படுகின்றன. மார்பு அளவே உள்ள இந்தச் சிலைகள் நீண்ட சடை மடியோடு ஒற்றைச்சங்கினை வாயில் வைத்து இரண்டு கையாலும் பிடித்து ஊதும் மானிடத் தோற்றத்தில் காணப்படுகின்றன. இச்சிலைகளுக்கு என்று தனிப்பூசனைகள் இல்லை. ஆனால் சங்கு ஊதும் தோற்றத்துடன் இருப்பதால் 'சங்குச்சாமி' என்ற பெயர் மட்டும் இவற்றுக்கு உண்டு. திருமாலின் கையில் உள்ள சங்கு பிறப்பதற்கு முன்னரே சங்குச்சாமிகள் பிறந்திருக்கலாம் என்ற ஊகம் ஆய்வுக்கு உரியது. அத்துடன் விஷ்ணு வழிபாடு சிறப்பிடம் பெற்ற வட இந்தியப் பகுதிகளில் சங்கு விளையும் கடற்கரைப் பகுதிகள் இல்லை என்பதும் கூர்ந்து கவனிக்கத் தக்கது. தமிழர்களின் பண்பாட்டில் சங்கு பெறும் இடத்தினை நோக்கித்தான் பாரதிதாசன் பின்வருமாறு பாடினார். "எங்கள் வாழ்வும், எங்கள் வளமும் மங்காத தமிழ் என்று சங்கே முழங்கு."

3

தைப்பூசம்

தமிழர்களின் தனிப்பெரும் இருவிழாவாகத் திகழ்வது தைப் பொங்கல் திருநாள். தேசிய இனத்துக்குரிய அடையாளம் ஒன்றைத் தமிழர்க்கு வழங்கும் திருவிழா இது. சமய எல்லைகளைக் கடந்த திருவிழாவாகவும் இது அமைகிறது.

பிறப்பு, இறப்புத் தட்டுக்களால் பாதிக்கப்படாத திருவிழா இது என்பது பலர் அறியாத செய்தி. தைப்பொங்கல் நாளன்று ஒரு வீட்டில் இறப்பு நிகழ்ந்தாலும் மிக விரைவாக வீட்டைச் சுத்தம் செய்து இறந்தவர் உடலை எடுத்துச் சென்றவுடன் தைப்பொங்கல் இடும் வழக்கத்தை நெல்லை மாவட்டத்தில் காணலாம். பொங்கல் திருநாளன்று, திருவிளக்கின் முன் படைக்கும் பொருள்களில் காய்கறிகளும், கிழங்கு வகைகளும் சிறப்பிடம் பெறுகின்றன. இவற்றுள் கிழங்கு வகைகள் (சேனை, சேம்பு, கருணை, சிறுகிழங்கு, பனங்கிழங்கு) பார்ப்பனர்களாலும், பெருங் கோயில்களாலும் காலங்காலமாக விலக்கப்பட்ட உணவு வகைகள் என்பது குறிப்பிடத்தகுந்தது. மேற்குறித்த இரண்டு செய்திகளாலும் தைப்பொங்கல் தமிழர்களின் திருவிழா என்பதையும் அது பார்ப்பனியப் பண்பாட்டிலிருந்து விலகி நிற்பது என்பதனையும் உணர்ந்துகொள்ளலாம்.

தைப்பொங்கலைத் தொடுத்து வரும் மற்றொரு இயற்கைத் திருவிழா சிறுவீட்டுப் பொங்கலாகும். மார்கழி மாதம் முப்பது நாளும் வைகறைப்பொழுது வாசலில் நீர் தெளித்து, கோலமிட்டு, சாண உருண்டைகளில் பூச்செருகி வைக்கும் பழக்கம் தென் மாவட்டங்களில் பரவலாகக் காணப்படுகிறது. எல்லா வீடுகளிலும் இது செய்யப்படுவதில்லை. பெண் பிள்ளைகள் இருக்கும் வீடுகளிலேயே வாசலில் பூ வைக்கும் வழக்கம் காணப்படுகிறது. பீர்க்கு, பூசணி, செம்பருத்தி, எக்காளம் ஆகியவையே பெரும்பாலும் வைக்கப்படும் பூக்களாகும்.

காலையில் வைக்கும் இந்தப் பூக்களை வெய்யில் விரிந்தவுடன் சாண உருண்டைகளிலேயே சேர்த்து எருவாக்கி, காயவைத்து விடுவார்கள்.

பூ வைக்கும் வீடுகளில் (பொங்கல் கழிந்து 8லிருந்து 15 நாள்களுக்குள் வரும்) தைப்பூசத்திற்குள் இதற்கொரு தனிப் பொங்கல் வைக்க வேண்டும். பெண் பிள்ளைகளுக்காகவே பூ வைப்பதால் அவர்களுக்கென வீட்டுக்குள் அல்லது வீட்டு முற்றத்திற்குள் களி மண்ணால் சிறுவீடு கட்டுவர். சிறுவீடு அதிக அளவு ஐந்தடிக்கு ஐந்தடி அளவில் இருக்கும். சிறுவீட்டுப் பொங்கல் நிகழ்ச்சி தலை வாசலில் நடைபெறாமல், சிறுவீட்டின் வாசலிலேயே நடைபெறும். பொங்கலிட்டுத் திருவிளக்குப் படையலும் முடிந்தவுடன் பொங்கலையும், பூக்களாலான எருத்தட்டுக்களையும் நீர்நிலைகளுக்குப் பெண் பிள்ளைகள் எடுத்துச்சென்று நீரில் விடுவர். எருத்தட்டின் மீது வெற்றிலையில் சூடமேற்றி நீரில் விடுவதும் உண்டு.

ஆண்டாளின் திருப்பாவை காட்டும் மார்கழி நீராடலை நாம் அறிவோம். ஆனால் சங்க இலக்கியங்களில் தைந்நீராடல் குறிக்கப்படுகிறது. “தாயருகே நின்று தவத் தைந்நீராடுதல் நீயறிதி வையை நதி” என்பது பரிபாடல். தைந்நீராடல் பற்றி அறிஞர் மு. இராக வையங்கார் ஒரு நெடுங்கட்டுரை எழுதியுள்ளார். ஆனால் அவர் மார்கழி மாதம் வாசலில் பூ வைக்கும் சடங்கையும் பொங்கலையும் கணக்கில் எடுத்துக்கொள்ள வில்லை.

ஆண்டாளின் முப்பது நாள் திருப்பாவை நோன்பு மார்கழித் தங்கள் முதலாம் நாள் தொடங்கவில்லை. மார்கழித் தங்கள் மதி நிறைந்த நன்னாளிலேயே தொடங்குகிறது. எனவே அது தைத்திங்கள் மதி நிறைந்த நன்னாளில் (தைப்பூசத்தில்) நிறைவு பெற்றிருக்க வேண்டும். அந்நாளில் ‘பாற்சோறு மூட நெய்பெய்து’ (பாற் பொங்கலிட்டு) உண்டு சுவைத்திருக்க வேண்டும். மார்கழி நீராட்டுப் போலவே தைந்நீராட்டும் பெண் பிள்ளைகளுக்கு உரியதாகவே சொல்லப்டெறுகிறது. எனவே மார்கழி நிறைமதி நாள் தொடங்கித் தை மாத நிறைமதி நாள் வரை பெண் பிள்ளைகள் நோன்பிருந்து ‘சிறுவீடு’ கட்டிப் பொங்கலிட்டுக் கொண்டாடிய ஒரு பழைய வழக்கத்தையே தமிழ் வைணவம் தனதாக்கிக் கொண்டு மார்கழி நீராட்டாக மாற்றியிருக்கிறது எனலாம்.

தைமாதம் காமனை (காதற்கடவுள்) நோக்கிச் செய்யப்பெற்ற மற்றொரு நோன்பினையும் ஆண்டாள் திருமொழி குறிக்கிறது. அது 'மாசி முன்னாளில்' கொண்டாடப்பெற்ற வேறொரு திரு விழாவாகும். சங்க நூல்களில் அதற்குச் சான்றுகள் இல்லை.

திருக்கார்த்திகை, பங்குனி உத்திரம், மாசிக்களரி போன்றவை பக்தி இயக்கத்துக்கு முந்திய காலத்தைச் சேர்ந்த திருவிழாக்கள் ஆகும். அவற்றைச் சைவ வைணவப் பெருஞ்சமயங்கள் தம்வயமாக்கிக் கொண்டிருக்கின்றன. அத்தகைய திருவிழாக்களில் தைப்பூசமும் ஒன்று.

தமிழ் வைணவத்தைப் போலவே தமிழ்ச் சைவமும் தைப்பூசம் கொண்டாடியிருக்கிறது. "நெய்ப்பூசும் ஒண்புழுக்கல் நேரிழையார் கொண்டாடும் தைப்பூசம்" என்று மயிலைப் பதிகத்தில் திருஞான சம்பந்தர் தைப்பூசத்தினைப் பெண்கள் பொங்கலிட்டுக் கொண்டாடும் வழக்கத்தைக் குறிப்பிடுகிறார்.

தென் மாவட்டங்களில் தைப்பூசத் திருவிழா இன்றும் நீர்த் துறைகளிலே இறப்பாகக் கொண்டாடப் பெறுவதும், ஆற்றங் கரைகளில் தைப்பூச மண்டபங்கள் கட்டப்பட்டிருப்பதும் தைப் பூசத் திருவிழாவின் செல்வாக்கனைக் குறிக்கும் சான்றுகளாகும்.

தீபாவளி

இன்று தமிழ்நாட்டில் விறுவிறுப்பாகக் கொண்டாடப்பெறும் திருவிழா தீபாவளி. நகர்ப்புறம் சார்ந்ததாகவும், துணி, எண்ணெய், மாவு, பட்டாசு ஆகிய பெருந்தொழில்களின் பொருளாதாரம் சார்ந்ததாகவும் இத்திருவிழா கொண் டாடப்படுகிறது. தகவல் தொடர்புச் சாதனங்கள் தீரும் பகட்டான விளம்பரங்களால், இது தமிழர்களின் 'தேசியத் திருவிழா' போலக் காட்டப்படுகிறது. ஆயினும் தைப்பொங்கல் திருவிழா போல மரபுவழிப் பொருளாதாரம் சார்ந்ததாகவும் ஒரு திருவிழாவிற்குரிய உள்ளார்ந்த மகிழ்ச்சியோடும் சடங்குகளோடும் கொண்டாடப் பெறுவதாகவும் தீபாவளி அமையவில்லை. தைப்பொங்கல் சமய எல்லையினைக் கடந்து நிற்கும் திருவிழா. இது பழந்தமிழரின் அறுவடைத் திருவிழா. எனவேதான் இன்று ரோமன் கத்தோலிக்கத் தேவாலயங்களில் கூடத் தைப்பொங்கல் கொண்டாடப் பெறுகிறது. ஆனால் தீபாவளி தமிழரின் திருவிழாவாக அமையாமல் 'இந்து'க்களின் திருவிழாவாக அமைகிறது.

தமிழர் திருவிழா – இந்துக்களின் திருவிழா என்ற வேறுபாட்டினை எவ்வாறு பிரித்தறிவது? பழைய வழிபாட்டு முறைகளோடு கூடிய தொல் சமய வழிபாடுகள், இவற்றின் சாரத்தையும் உள்வாங்கிக் கொண்டு வளர்ந்த சைவம், வைணவம் ஆகியவையே தமிழர்களின் பழைய மதங்களாகும். இவை காட்டும் திருவிழாக்களான கார்த்திகைத் திருவிழா, திருவாதிரைத் திருவிழா, தைப்பூசத் திருவிழா, மாசிக்களரி எனப்படும் சிவராத்திரித் திருவிழா, பங்குனி உத்திரம், சித்திரைப் பிறப்பு, வைகாசி விசாகம், ஆடிப் பதினெட்டாம் பெருக்கு ஆகியன சைவமும் வைணவமும் பெருஞ்சமயங்களாக நிலைபெறுவதற்கு முன்னரே தமிழர்கள் கொண்டாடிய திருவிழாக்களாகும். பக்தி இயக்கத்தின் வளர்ச்சியில் இவை சைவ வைணவ மதங்களாலும் அங்ககரிக்கப்பட்டு ஏற்றுக் கொள்ளப்பட்டுவிட்டன.

தீபாவளி, தமிழ்நாட்டின் மரபுவழிப் பொருளாதாரத்தோடும் பருவநிலைகளோடும் சடங்குகளோடும் தொடர்பில்லாத ஒரு திருவிழா. பார்ப்பனியத்தின் பாதிப்புகளில் இருந்து இன்னமும் விலகி நிற்கிற சிற்றூர்களில் தீபாவளி கொண்டாடப் படுவதில்லை. தீபாவளியின் அடையாளமான வெடி, அதன் மூலப்பொருளான வெடிமருந்து ஆகியவை தமிழ்நாட்டிற்குப் பதினைந்தாம் நூற்றாண்டுவரை அறிமுகமாகவில்லை என்பதையும் நினைவில் கொள்ளவேண்டும். விளக்குகளின் வரிசை எனப் பொருள்படும் தீபாவளி (தீப + ஆவளி) என்னும் வடசொல்லுக்கு நிகரான தமிழ்ச் சொல்லும் புழக்கத்தில் இல்லை. தமிழர்களின் விளக்குத் திருவிழா என்பது திருக்கார்த்திகைத் திருவிழாவே. நரகாசுரன் என்னும் அரக்கன் கிருஷ்ணனால் அழிக்கப்பட்டதாகக் கூறப்படும் தீபாவளிக் கதை திராவிடப் பண்பாட்டோடு தொடர்புடையதன்று. மாறாக பிராமணிய மதத்தின் சார்பாக எழுந்த கதையாகும். இந்த நாளே பிராமணிய மதத்தின் எதிரியான சமண மதத்தின் இருபத்து நாலாம் தீர்த்தங்கரரான வர்த்தமான மகாவீரர் வீடுபேறடைந்த (இறந்த) நாளாகும். தான் இறந்த நாளை வரிசையாகத் தீபங்களை ஏற்றிக் கொண்டாடுமாறு மகாவீரர் தம் மதத்தவரைக் கேட்டுக்கொண்டார். ஆகவே, பிராமணிய மதத்தின் பழைய எதிரிகளான சமணர்களும் தீபாவளியைச் சிறப்பாகக் கொண்டாடுகின்றனர். எனவே நரகாசுரன் அழிந்ததாக பிராமணியத் தீபாவளிக் கதைகள் குறிப்பிடுவது மகாவீரர் இறந்த நாளையே ஆகும். விசயநகரப் பேரரசான,

“இந்து சாம்ராஜ்ஜியம்’, தமிழ்நாட்டில் நுழைந்த கி.பி. பதினைந்தாம் நூற்றாண்டு தொடங்கியே தீபாவளி இங்கு ஒரு திருநாளாகக் கொண்டாடப்படுகிறது.

இந்தக் காரணம் பற்றியே தமிழ்ப் பிராமணர்களைவிட, தமிழ்நாட்டில் உள்ள தெலுங்குப் பிராமணர்களே தீபாவளியைப் ‘பக்தி சிரத்தை’யுடன் கொண்டாடுகின்றனர். வடநாட்டு இந்துக்களிடமும் சமணர்களிடமும் இல்லாதபடி தமிழ்நாட்டில் இத்திருவிழா நாளன்று எண்ணெய் தேயத்துக் குளிக்கின்றனர். எண்ணெய் தேய்த்துக் குளித்தல் என்பது தமிழ்நாட்டில் நீத்தார் நினைவில் இறுதி நாளைக் குறிக்கும் சடங்காகும். தமிழ்நாட்டுப் பிராமணர்களும் இத்திரு விழாவை இறந்தார் இறுதிச் சடங்கு போல ‘கங்கா ஸ்நானம்’ செய்து கொண்டாடுவது குறிப்பிடத் தக்கது. ஆகவே உண்மையில் இத்திரு விழா பார்ப்பனிய மதத்தின் திருவிழாவேயன்றித் தமிழர் திருவிழா ஆகாது.

‘நரகனைக் கொன்ற நாள் நல்ல நாள் விழாவா’ என்று பாரதிதாசன் பாடுவதும் இங்கே நினைவுக்குரியது.

விநாயகர் வழிபாடு

பிள்ளையார், விநாயகர், கரிமுகன், ஆனைமுகன், கணபதி என்று பல்வேறு பெயர்களால் அறியப்படும் தெய்வமே இன்று தமிழ் நாட்டில் மிகப் பரவலாக வணங்கப்பெறும் கடவுள், ஆனைமுகமுடைய இந்தக் கடவுள் கி.பி. ஆறாம் நூற்றாண்டளவில் தமிழ்நாட்டிற்கு அறிமுகமாகியுள்ளார். எனவே அதற்கு முன் பிறந்த சங்க இலக்கியங்களில் இக் கடவுளைப் பற்றிய குறிப்புக்கள் இல்லை.

எல்லாக் கடவுளருக்கும் முன்னதாக வணங்கப்பெறும் கடவுள் என்பதே இவரது சிறப்பு. பலசரக்குக் கடையில் சீட்டு எழுதுபவர்கூட உ என்ற குறியீட்டைப் பிள்ளையார் வணக்கமாக இட்டுத்தான் தொடங்குகிறார். திருமண அழைப்பு, தேர்வுத்தாள் என எல்லா எழுத்து உருக்களும் இக்குறியீட்டை இட்டே தொடங்குகின்றன. மிக அண்மைக்காலமாய், படித்த, நகர்ப்புறம் சார்ந்த பிராமணர் அல்லாதவர்களிடம்கூட ’கணபதி ஹோமம்’ என்ற சொல்லும் சடங்கும் மேல்தட்டு மனப்பான்மையின் வெளிப்பாடாகக் காணப்படுகின்றன.

இந்தக் கடவுள் வழிபாடு மராட்டியத்தின் தென் பகுதியில்

புனா நகரைச் சார்ந்த சித்பவனப் பிராமணர் இடையே தோன்றியது என ஆராய்ச்சியாளர் கூறுகின்றனர். பின்னர் கீழைச்சாளுக்கியருடைய வாதாபி நகரத்தில் நிலைகொண்டு அங்கிருந்து தமிழ் நாட்டிற்குள் பரவி வளர்ந்தது என்றும் கூறுவர்.

தேவாரத்தில் இக்கடவுள் 'கணபதி' என்ற பெயராலேயே குறிக்கப் பெறுகிறார். 'கலமலக்கிட்டுத் திரியும் கணபதி என்னும் களிறும்' என்பது அப்பர் தேவாரம். 'உமையவள் பிடி (பெண் யானை) ஆக, சிவபெருமான் கரி (ஆண் யானை) வடிவெடுத்து, 'கணபதி வர அருளினன்' என்று பாடுகிறார் ஞானசம்பந்தர். முற்காலப் பாண்டியர் குடை வரை, கட்டடக் கோயில்களில் கணபதி பரிவார தெய்வமாக சேட்டை (மூ)தேவியுடன் இடம் பெற்றுள்ளார். முதலாம் இராசராசன் எடுப்பித்த தஞ்சைப் பெரிய கோயிலில் பரிவார தேவதைகளில் ஒன்றாகக் கணபதியும் சேர்க்கப்பட்டிருக்கிறார். 'பரிவார ஆலயத்துப் பிள்ளையார் கணவதியார்' எனக் கல்வெட்டு இவரைக் குறிக்கிறது. இவருக்கு வாழைப்பழம் படையலாகப் படைக்கப்பட்டதும் அக்கல் வெட்டால் தெரியவருகிறது.

காலத்தால் முந்திய பிள்ளையார் உருவமாகத் தமிழ்நாட்டில் அறியப் பெறுவது காரைக்குடிக்கு அடுத்த பிள்ளையார் பட்டியில் உள்ள பிள்ளையார் சிலையாகும். ஒரு சிறிய பாறைக் குன்றில் அமைக்கப்பட்டுள்ள குடைவரைக் கோயிலில் புடைப்புச் சிற்பமாக இது விளங்குகிறது.

மனிதச் சாயலைவிட யானையின் சாயலே இச்சிலையில் மிகுதியாகத் தோற்றமளிக்கிறது. இதன் காலத்தைக் கி.பி. ஆறாம் நூற்றாண்டு என அறிஞர்கள் கணித்துள்ளனர். இப்பொழுது கற்பக விநாயகர் என வழங்கும் இவ்விநாயகரின் பழைய பெயர் 'தேசி விநாயகர்' என்பதாகும். தமிழ்நாட்டில் பிள்ளையாருக்கு வழங்கும் பல பெயர்களில் குறிப்பிடத்தகுந்தவை தேசி விநாயகர், தேசிக விநாயகர், தாவள விநாயகர் என்பன. தேசி, தேசிகர் என்ற தமிழ்ச் சொற்கள் வியாபாரிகளைக் குறிப்பனவாம். தேசங்கள் பலவற்றிற்கும் செல்வதால் வியாபாரிகள் 'தேசிகள்' எனப்பட்டனர் போலும். 'நானா தேசிகள்' என்பது தென்னிந்தியாவில் இருந்த மிகப்பெரிய வணிகக்குழுவின் பெயர். பிள்ளையார்பட்டித் திருக்கோயில் இன்றளவும் பழைமை வாய்ந்த வணிகச் சாதியான 'நகரத்தார்' எனப்படும் நாட்டுக் கோட்டைச் செட்டியாருக்கே உரியது. செட்டி நாட்டு ஊர்களில்

ஒன்றான பொன்னமராவதிக்கு அருகில் உள்ள சுந்தரம் என்னும் ஊரை அவ்வூர்க் கல்வெட்டு ‘தென் கோனாட்டு ஒல்லையூர்க் கூற்றத்து சுந்தரசோழபுரமான தேசியுகந்த பட்டணம்’ என்றே குறிக்கிறது. மற்றும் சில சுல்வெட்டுக்கள் இவ்வூரை ஒரு ‘நகரம்’ என்றே குறிக்கின்றன. அக்காலத்தில் நகரம் என்ற சொல் வணிகர்களின் குடியிருப்பைச் சுட்டும். எனவே நகரத்தாரால் வழிபடப்பட்ட நானாதேச விநாயகர், தேசி விநாயகர் எனப்பட்டார். ‘தேசி’ என்னும் சொல் பிற்காலத்தில் வணிகர் களைக் குறிக்க, தேசிகர் என வழங்கப்பட்டது. முகமதுநபி வியாபாரம் செய்து வந்தார் என்பதைக் குறிக்கும் உமறுப் புலவர் சிறாப் புராணத்தில் அவரைத் ‘தேசிகர்’ என்று குறிப்பிடுகிறார். தேசிகர் என்னும் சொல் 13ஆம் நூற்றாண்டுக்குப் பின் சைவ, வைணவ சமயங்களில் சுப்பிரமணிய தேசிகர், வேதாந்த தேசிகர் எனச் சமயக் குருமார்களை (ஆசார்யர்களை)க் குறிப்பதாகவும் வழங்கியது. தேசிக விநாயகம் என்பது கவிமணியின் இயற்பெயர்.

தாவளம் என்பது பெருவழிகளில் இருந்த வாணிகச் சத்திரங்களைக் குறிக்கும். “தாவளத்திலிருந்து தன்மம் வளர்த்த செட்டியும் செட்டிவீரப்புத்திரர்களும்” என்று பிரான்மலைக் கல்வெட்டு குறிப்பிடுகிறது.

ஆவணி மாதம் வளர்பிறை நாலாம் நாள் (சுக்லபட்ச சதுர்த்தி) விநாயகர் சதுர்த்தி கொண்டாடப்படுகிறது. புனா, பம்பாய் ஆகிய மேற்கு இந்திய நகரங்களில்தான் மிகச் சிறப்பாக இத்திருவிழா கொண்டாடப்படுகிநது. தமிழ்நாட்டில் இவ்விழாவை அனைத்துச் சாதியினரும் கொண்டாடினாலும் மிகுந்த ஈடுபாட்டோடு கொண்டாடுபவர்கள் ‘செட்டியார்’ எனப்படும் பல்வகைப்பட்ட வியாபாரச் சாதியினைச் சேர்ந்த மக்களே.

விநாயகர் எனப்படும் பிள்ளையார் வழிபாடு, வியாபாரம் செய்த சாதியார் மூலமாகவே தமிழ்நாட்டில் பரவியிருத்தல் வேண்டும். இக்கடவுள் தாவளம் எனப்படும் நெடுவழியில் அமைந்த சத்திரங்களில் வழிபடப்பட்டவராக இருக்கிறார். எனவே தாவள விநாயகர் என்ற பெயரை இக்கடவுள் பெற்றிருக்கிறார். வியாபாரக் ‘கணங்களுக்கு’ வேண்டியவர் என்னும் பொருளிலேயே இவருக்குக் கண்பதி என்னும் பெயர் வழங்கப்பட்டிருக்க வேண்டும்.

தஞ்சைப் பெரிய கோயிலில் இப்பிள்ளையாருக்கு நாள் தோறும் 150 வாழைப்பழங்கள் நிவேதனம் செய்ய அரசன் 360

காசுகளை ஒதுக்கியுள்ளான். இக்காசுகளைப் பெற்றுக் கொண்டு வட்டிக்கு ஈடாக நாள்தோறும் வாழைப்பழம் வழங்கும் பொறுப்பு தஞ்சாவூரில் நான்கு குடியிருப்புகளில் வாழ்ந்த நகரத்தார்களிடம் (வியாபாரச் செட்டிகளிடம்) ஒப்படைக்கப் பட்டுள்ளது. அவர்கள் தஞ்சாவூர்ப் புறம்படி நித்த வினோதப் பெருந்தெருவில் நகரத்தார், மும்முடிச் சோழப்பெருந்தெருவில் நகரத்தார், வீரசிகாமணிப் பெருந்தெருவில் நகரத்தார், திரிபுவன மாதேவிப் பேரங்காடி நகரத்தார் ஆகியோர் ஆவர். மேற்குறித்த கல்வெட்டும் பிள்ளையார் வழிபாடு தமிழ் நாட்டில் வாணிகச் சாதியினரால் வளாக்கப்பட்ட செய்தியை உறுதிப்படுத்துகின்றது.

நரசிம்ம பல்லவனின் படைத் தளபதியான சிறுத்தொண்ட.ர் வாதாபி நகரத்திலிருந்து இந்த வழிபாட்டைத் தமிழ்தாட்டுக்குச் தொண்டு உந்த கதையினை முதலில் தெ.பொ. மீயும் பின்னர் வீரபத்திரபிள்ளை போன்ற ஆய்வாளர்களும் குறிப்பிட்டாலும் வாணிகச் சாதியினர் தெய்வமாகவே தமிழ்நாட்டுக்குப் பிள்ளையார் வழிபாடு வந்தது என்று கொள்வதே பொருத்தமாகத் தோன்றுகிறது.

துலுக்க நாச்சியார்

தமிழ்நாட்டிற்கு இசுலாம் ‘வாளோடு வந்த மதம்’ என்று சிலர் குறிப்பிடுகின்றனர். பதினாலாம் நூற்றாண்டின் தொடக்கத்தில் இசுலாமியர்கள் வாளோடு நுழைந்தது வரலாற்று உண்மைதான். ஆனால் இசுலாம் அதற்கு முன்பே வணிகர்கள் வழியாக வந்திருக்க வேண்டும். பிற்காலச் சோழர் ஆட்சியின் போதே ‘அஞ்சுவண்ணம்’ என்ற வணிகசக்குழு இருந்திருக்கிறது. முதலாம் இராசராசன் கல்வெட்டில், ‘சோனகன் சாவூர் பரஞ்சோதி’ என்பவன் குறிக்கப் பெறுகின்றான். ‘சோனகச் சிடுக்கின் கூடு’ என்று காதில் அணியும் நகை ஒன்றும் அவனது கல்வெட்டில் குறிக்கப்படுகின்றது. ‘சோனகர்’என்பது அரபியரைக் குறிக்கும்.

அரபியர்களும் தமிழர்களைப் போலவே ஒரு பழைய நாகரிகத்தின் வழிவந்தவராவர். எனவே இசுலாமிய சமயத்திற்குத் தமிழ்நாட்டிற்குக் கொடுப்பதற்கும் கொள்வதற்கும் சில உண்மைகளும் நெறிகளும் இருந்தன. ‘யுனானி’ என்னும் மருத்துவமுறையும், அல்வா, பிரியாணி போன்ற உணவு வகைகளும் இசுலாமியர்வழித் தமிழகத்திற்கு வந்தவையாகும்.

படைப் போர், கிஸ்ஸா (கதை), முனாஜாத் (வாழ்க்கைச் சரிதம்), நாமா (போற்றிப் பாடல்) முதலிய இலக்கிய வகைமைகளும் தமிழுக்கு இசுலாத்தின் பங்களிப்பே.

இந்தியாவின் மிகப்பெரிய வழிபாடான திருமால் நெறியின் வளர்ச்சிக்கு இந்தியாவின் ஒவ்வொரு மாநிலமும் தன் பங்கைச் செலுத்தியுள்ளது. வங்க நாடு திருமாலோடு ராதையை இணையாகச் சேர்த்தது. தமிழ்நாட்டு வைணவம் ஆண்டாளைத் திருமாலுக்கு இணையாகச் சேர்த்தது. இசுலாத்தின் செல்வாக்கால் தமிழ் வைணவத்தில் ‘துலுக்க நாச்சியார்’ கதை பிறந்தது.

மதுரையில் நடை பெறும் சித்திரைத் திருவிழாவில் அழகர் கோயில் அழகரைப் பற்றிய சதை ஒன்று வழங்கி வருகிறது. ‘தன் தங்கை மீனாட்சி திருமணத்தைக் காணவரும் அழகர் கோபித்துக்கொண்டு வண்டியூர் சென்று அங்கு தன் காதலி துலுக்க நாச்சியார் வீட்டில் தங்குகிறார்’ என்பது அக்கதையாகும். உண்மையில் அவ்விடத்தில் துலுக்க நாச்சியார் கோயில் என்று எதுவுமில்லை. ஆனால் சுதை மட்டும் வலிமை உடையதாக விளங்குகிறது. ஐம்பதாண்டுகளுக்கு முன்பு வரை வண்டியூர்ப் பகுதியில் இசுலாமியர் வாண வேடிக்கைகள் நடத்தி அழகரை வரவேற்றிருக்கின்றனர். இந்தக் கதை தந்த நம்பிக்கையே அதற்குக் காரணமாகும். திருவரங்கத்திலும் துலுக்க நாச்சியார் கதையும் ஒரு சந்நிதியும் உண்டு.

திருமாலின் சிலை மீது ஆசைகொண்ட சுல்தான் மகளொருத்தி அந்தச் சிலையைப் பிரிந்த சோகத்திலே உயிர் விட்டாளாம். இந்தக் கதையைக் குறிப்பிடும் திருவரங்கம் கோயில் ஒழுகு, “பெருமாள் நியமனத்தினாலே ராஜமகேந்திரன் திருவீதியில் வடகீழ் மூலையிலே திருநடை மாளிகையிலே அறையாகத் தடுத்து அந்த டில்லீசுவரன் புத்தரியான ஸுரதாணியை சித்ரரூபமாக எழுதி வைத்து ப்ரதிஷ்டிப்பித்து” என்று கூறுகிறது. துலுக்க நாச்சியாருக்கு ‘சாந்து நாச்சியார்’ என்றும் பெயர்.

திருவரங்கம் கோயில் ஒழுகைப் பற்றி ஆராய்ந்த ஹரி ராவ் என்ற அறிஞர் துலுக்க நாச்சியார் கதையினைக் குறிப்பிட்டு, ‘நாட்டுப்புறப் பண்பாட்டியல் ஆய்வு மாணவர்களுக்கு இது ஒரு நல்ல செய்தி’ என்கிறார்.

இசுலாமியர் அல்லாத தமிழர்கள் நாகூருக்குச் சென்று

வழிபடுவது அனைவரும் அறிந்ததே. ஆனால் விருத்தாசலத்தை அடுத்த ஸ்ரீமுஷ்ணம் பூவராகப் பெருமாள் கோயிலில் நெடுங்காலமாக இசுலாமியர்கள் வழிபட அனுமதிக்கப்படு கிறார்கள். இது பலர் அறியாத செய்தியாகும். அக்கோயில் இறைவன் கடலாடச் செல்லும்போது கிள்ளை என்னுமிடத்தில் அமைந்துள்ள ஒரு தர்க்காவுக்குக் கோயில் மரியாதையாக மாலை தருகிறார்கள்.

தமிழ்நாட்டின் சிற்றூர்ப்புறங்களில் இப்படிப் பல எடுத்துக் காட்டுக்களைச் சொல்ல முடியும். மத அடிப்படைவாதம் வன்மத்தோடு வளர்க்கப்பட்டு வரும் இந்நாளில் இத்தகைய கதைளையும் நம்பிக்கைகளையும் வெளிச்சமிட்டுக் காட்ட வேண்டிய கடமை நமக்குண்டு.

மதமும் சாதியும்

இந்தியாவில் சமூகம் என்பது சாதியப் படிவங்களால் ஆனது. ஒரு மனிதன் பிறப்பதுமில்லை, வாழ்வதுமில்லை. இந்திய அரசியல் சட்டப்படி கூட ஒரு மனிதன் மதம் மாறத்தான் முடியும். சாதி மாற முடியாது.

வேறு வகையில் சொல்வதானால் மதத்தைவிடச் சாதி என்னும் நிறுவனம் பல நூற்றாண்டுகள் மூத்தது. ஆழமாக வேரோடிப் போனது. இந்த விண்வெளியுகத்தில்கூட ஒரு தனிமனிதன் கடுமையான முயற்சிகளுக்குப் பிறகே தன் சாதியின் எல்லைகளை மீறி வாழ முடியும். சாதியம் என்பது ஒரு கொடுமையான சமூக நெறி.

மூன்று நான்கு நூற்றாண்டுகளுக்கு முன்னர் இந்தியாவிற்குள் நுழைந்த வெளிநாட்டார் வைதிக நெறிகள், சைவம், வைணவம், எளிய மக்களின் வழிபாட்டு நெறிகள் ஆகிய எல்லாவற்றிற்கும் சேர்த்து ‘இந்து’ எனப் பெயர் வைத்தனர். சாதியப் படிவங்களால் ஆனதே இந்து மதம் என்பது அவர்களது கணிப்பு.

வணிகர்களாகவும் துறவிகளாகவும் வந்த வெளி நாட்டாரோடு, கிறித்தவ மதமும் இங்கே வந்தது. தொடக்கக் காலத்தில் ஒரு வட்டாரத்தில் உள்ள ஒரு குறிப்பிட்ட சாதியார் முழுவதும் மதம் மாறியபோது சிக்கல்கள் உருவாகவில்லை. 16ஆம் நூற்றாண்டின் தொடக்கப் பகுதியில் தென் தமிழ்நாட்டுக்

கடற்கரையோர மீனவ மக்கள் நூற்றுக்கு நூறு கத்தோலிக்கக் கிறித்தவர்களாய் மாறினர். அரசியல் நெருக்கடியும், தொழிற்களத்தில் பிறந்த நெருக்கடியும் அவர்கள் மதம் மாறக் காரணங்களாயின.

பின்னர், ஒரே பகுதியைச் சேர்ந்த இரண்டு சாதியார் மதம் மாறியதனால் தேவாலயத்திற்குள்ளேயே சாதிய நெருக்கடி ஏற்பட்டது. 18ஆம் நூற்றாண்டின் நடுப்பகுதியில் புதுச்சேரி தூய பால் தேவாலயத்தில் (சம்பா சர்ச்) தாழ்த்தப்பட்டோருக்கும் மேல்சாதியினருக்கும் தனித்தனி இடங்கள் ஒதுக்கப்பட்டன. வெளிநாட்டுக் கிறித்தவப் பாதிரிமார்கள் இதனை எதிர்க்க முயற்சி செய்து தோற்றுப்போனதாக ஆவணங்கள் காட்டு கின்றன. 19ஆம் நூற்றாண்டின் கடைசிப் பகுதியில் பாளையங் கோட்டை புரொட்டஸ்டண்ட் திரித்துவ தேவாலயத்தில் வேளாளருக்கும், நாடார்களுக்கும் மோதல் ஏற்பட்டது. தங்கள் சாதி மேலாண்மையைக் காப்பாற்றுவதற்கு வேளாளர்கள் தங்களுக்கென்று தனித் தேவாலயத்தையே கட்டினர். தங்கள் சாதி ஆசாரங்களில் கிறித்தவம் தலையிடக்கூடாதென்று புத்தகங்கள் எழுதி வெளியிட்டனர்.

தேவாலயத்திற்குள் தொடங்கிய சாதி மோதல் கல்லறைத் தோட்டம் வரை நீடித்தது. இரட்சணிய யாத்ரிகமும், இரட்சணிய சமய நிர்ணயமும் எழுதிய கிறித்தவக் கம்பர் எச்.ஏ. கிருட்டிணப் பிள்ளையின் உறவினர்கள் இதில் முன்னணியில் நின்றனர். கல்லறைத் தோட்டச் சாதி மோதல்கள் மிக அண்மைக் காலத்தில்கூட திருச்சி, திருவில்லிபுத்தூர் ஆகிய இடங்களில் நிகழ்ந்துள்ளன. கடந்த நூற்றாண்டின் கடைசிப் பகுதியில் நெல்லை மாவட்டம் வடக்கன்குளம் தேவாலயத் திற்குள் வேளாளருக்கும் மற்ற சாதியார்க்கும் திசைநோக்கி இடங்கள் எல்லை பிரிக்கப்பட்டன. பூசை செய்யும் பாதிரியார் தேவலாயத்திற்குள் நுழைய 'நடுவு நிலைமையோடு' தனிப்பாதை அமைக்கப்பட்டது. இது பற்றி ஆ. சிவசுப்பிரமணியன் ஒரு நெடுங்கட்டுரை எழுதியுள்ளார்.

அண்மைக் காலமாகக் கிறித்தவத் திருச்சபைகளில் தலித் மக்களின் எழுச்சி சில பொறிகளை உருவாக்கி இருக்கிறது. கிறித்தவத் துறவிகளின் மனநிலையிலும் சில மாற்றங்கள் ஏற்பட்டுள்ளன. வட மாவட்டம் ஒன்றில் மேல்சாதி ரெட்டியார் கிறித்தவர்களுக்கும் தலித் மக்களுக்கும் இடையில் நடந்த மோதலை மாற்கு அடிகளார் என்னும் துறவி அண்மையில்

'யாத்திரை' என்னும் நாவலாக எழுதியுள்ளார்.

மத எல்லைகளை மீறித் தமிழ்நாட்டைச் சாதித்தீ வாட்டிக் கொண்டிருக்கிறது. மத ஒற்றுமைக்கான அணுகுமுறைகளும் தீர்வுகளும் சாதியத்திற்குப் பயன்படவில்லை. சாதியம் பற்றிய நுட்பமான ஆழமான பார்வை நமக்குக் கிடைக்கும் போது தீர்வுகளும் நம் கண்ணில் புலப்படும்.

பறையரும் மத்தியானப் பறையரும்

பறையர் எனப்படுவோர் தமிழகத்தின் தொல்குடிகளுள் ஒரு பிரிவினர் ஆவர். பறை என்னும் தோற்கருவியின் அடையாளமாக இச்சொல் பிறந்திருக்கிறது. உழவுத் தொழில் செய்தல், இறந்த விலங்குகளை அப்புறப்படுத்துதல், அவற்றின் தோலை உரித்துப் பதப்படுத்துதல் இவையெல்லாம் பறையர் செய்த தொழில்களாக இருந்தன. பின்னர், பதப்படுத்திய தோலையும் வாரையும் கொண்டு இசைக் கருவிகள் செய்தல், அவற்றை வாசித்தல், பழுது நீக்குதல் ஆகியனவும் பறையர்கள் ஏற்று வளர்த்த தொழில்களாக இருந்தன.

தோலைப் பதப்படுத்தத் தேவைப்படும் மூலப்பொருள் சுண்ணாம்பு ஆகும். சுண்ணாம்பு சேகரித்துக் காளவாசலில் இட்டுச் சுடுகின்ற பறையர் 'சுண்ணாம்புப் பறையர்' எனப்பட்டனர். நந்தனார் (திருநாளைப் போவார் நாயனார்) இசைக் கருவிகளுக்கு உரிய 'போர்வைத் தோலும் விசிவாரும்' செய்தவர். எனவே அவர் இசைப் பயிற்சி உடையவராகவே இருத்தல் வேண்டும். பசுவின் வயிற்றில் இருந்து பெறப்படும் கோரோசனையை எடுத்து மருந்து செய்த மருத்துவப் பறையரும் இருந்தனர். பிற்காலச் சோழப் பேரரசில் பறையர்கள் சிலர் உயர்ந்த பதவிகளில் இருந்தது, கல்வெட்டுக்களால் அறியப்படும் செய்தி. மான் தோல் தவிர்ந்த ஏனைய தோல்கள் தீட்டுக்குக் காரணமாகும் என்பது பார்ப்பனரின் வருணக்கோட்பாட்டில் உள்ள வழக்கமாகும்.

வருணக் கோட்பாடு காரணமாகத் தோலைப்பதப்படுத்தும் பறையர், 'இழிந்த' சாதியினர் ஆக்கப்பட்டனர். அனால் பறையர்கள் சில சாதியினருக்குச் சமய குருவாக இருந்து பல சடங்குகளையும் நடத்தியுள்ளனர். எனவே சில பழங்

கோயில்களில் அவர்களுக்குத் தனித்த மரியாதையும் அளிக்கப்பட்டிருந்தது. 'பார்ப்பானுக்கு மூப்பு பறையன், கேட்பார் இல்லாமல் கீழ்ச் சாதியானான்' என்னும் சொல்லடை இன்றும் தென் தமிழ்நாட்டில் வழங்கி வருகிறது.

திருவாரூர்க் கோயில் திருவிழாவின்போது பறையர் ஒருவர் யானைமீது அமர்ந்து கொடி.பிடித்துச் செல்லும் வழக்கம் அண்மைக் காலம் வரை நடைமுறையில் இருந்திருக்கிறது. பார்ப்பாரையும் பறையரையும் தொடர்புபடுத்தும் கதையும் நடைமுறையும் இக் கோயிலில் சில ஆண்டுகளுக்கு முன்பு வரை வழக்கில் இருந்துள்ளது.

ஒருநாள் திருவாரூர்க் கோயிலுக்குள் பார்ப்பனர்கள் யாகம் செய்துகொண்டிருந்தனர். அந்த வேள்வியின் பயனாகச் சிவபெருமான் ஒரு பறை மகன் வேடத்தில் செத்த கன்றுக்குட்டியைத் தோளில் போட்டுக்கொண்டு வேள்விக் கூடத்திற்குள் வந்துவிட்டார். வந்தவர் சிவபெருமான் என்பதை உணராத பார்ப்பனர், "பறையன் உள்ளே வந்துவிட்டான்; யாகம் தீட்டுப்பட்டுவிட்டது" என்று கத்திக்கொண்டே வெளியே ஓடிவிட்டனர். சினங்கொண்ட சிவபெருமான், "நீங்களும் பறையன் ஆகுங்கள்" என்று சாபம் கொடுத்துவிட்டார். சாபத்திலிருந்து விமோசனம் தருமாறு பார்ப்பனர்கள் கெஞ்சினர். மனம் இரங்கிய சிவபெருமான், நிரந்தரமாகப் பறையனாவதற்குப் பதில் 'நாள்தோறும் நண்பகல் முதல் ஒரு நாழிகை நேரம் மட்டும் பறையனாய் இருப்பீர்களாக' என்று சாப விமோசனம் தந்தார். அதன்படியே திருவாரூர்க் கோயில் பார்ப்பனர்கள் நண்பகலில் (மத்தியானம்) ஒரு நாழிகை நேரம் பறையர்களாகி விடுகிறார்கள் என்பது அங்குள்ளவர்களின் நம்பிக்கை. இதனால் திருவாரூர்க் கோயில் பார்ப்பனர்களுக்கு 'மத்தியானப் பறையர்கள்' என்ற பெயர் ஏற்பட்டது.

பறையரானவர் மீண்டும் பார்ப்பனராக வேண்டுமென்றால் தீட்டுக் கழிக்க வேண்டும். எனவே திருவானூர்க் கோயில் பார்ப்பவர்கள் மத்தியானம் ஒரு முறை குளிக்கும் வழக்கத்தை மேற்கொண்டிருந்தனர். இந்த வழக்கமும் அண்மைக் காலம் வரை நீடித்திருந்தது.

பண்டாரம்

பண்டாரம், பரதேசி ஆகிய இரண்டு சொற்களும் ஒரே பொருளில் இக்காலத்தில் பயன்படுத்தப்பட்டு வருகின்றன. இப்பொழுதைய நடைமுறையில் இச்சொற்கள் உணவிற்குக் கூட வழியில்லாத ஏழைகளையே குறிக்கும்.

பண்டாரம் என்ற சொல்லுக்கு முதற்பொருள் 'பொன், வெள்ளி, முத்து போன்ற உயர் மதிப்பு உடைய பொருள்களைச் சேர்த்து வைக்கும் கருவூலம்' என்பதாகும். கி.பி. 13ஆம் நூற்றாண்டு வரை அரசுப் பண்டாரங்களைப் போலவே கோயில்களிலும் பண்டாரங்கள் இருந்தன. இப்பண்டாரங்களில் உயர் மதிப்புடைய தங்கம், வெள்ளியாலான சிலைகளும் நகைகளும் பாதுகாக்கப்பட்டன. கோயிலில் சமய நூல்களைச் சேர்த்துப் பேணி வைக்கும் இடம் 'சரஸ்வதி பண்டாரம்' என்றழைக்கப்பட்டதனைச் சுந்தர பாண்டியன் கல்வெட்டு மூலம் அறிகிறோம். இப்பண்டாரங்களின் வாசலில் நின்று காவல்பணி செய்து வந்தவர்களே இக்காலத்தில் 'பண்டாரம்' என்னும் சைவ மதம் சார்ந்த சாதியாராவர்.

இக்காலத்துக் காவலாளிகளைப் போல இவர்கள் நின்று கொண்டே காவல் பணி செய்யவில்லை. பண்டாரத்தின் வாசலில் அமர்ந்து கோயிலுக்குப் பூத்தொடுக்கும் வேலையில் இவர்கள் ஈடுபடுத்தப்பட்டனர். இவர்கள் பூத்தொடுப்பதற்காகத் தரப்பட்ட நீண்ட கற்பலகைகளை இன்றும்கூடப் பெரிய கோயில்களில் காணலாம். இவற்றுள் சிலவற்றில் கல்வெட்டுக்களும் உள்ளன. பூச்செடிகளையும் மரங்களையும் உடைய கோயில் நந்தவனங்களைப் பேணும் பொறுப்பும் பண்டாரக் காவலர் களிடமே விடப்பட்டன. இன்றைக்குக் கோயில் பண்டாரக் காவலர்களாக இவர்கள் இல்லை. ஆனால் பூத்தொடுக்கும் வேலை மட்டும் இந்தச் சாதியாரோடு பிணைக்கப்பட்டுள்ளது. கோயிலுக்குள் நின்று கொண்டு காவல் காப்பதற்குப் பதிலாக இவர்களைக் கற்பலகைகளின் முன் அமரவைத்து பூத்தொடுக்கும் வேலையினையும் கொடுத்ததனை அழகுணர்ச்சி நிறைந்த வேலைப் பங்கீடு எனச் சொல்லலாம். (கல்வெட்டுக்களோடு கூடிய பூப்பலகைகள் தமிழகக் கோயில்களில் நிறையவே கண்டுபிடிக்கப்பட்டுள்ளன.)

இக்காலத்தில் தமிழ் பேசும் பண்டாரங்களோடு கன்னட மொழி பேசும் பண்டாரங்களும் தமிழ்நாட்டில் வாழ்கின்றனர்.

விசயநகரப் பேரரசின் காலத்தில் இவர்கள் தமிழகம் வந்துள்ளனர். இவர்கள் பெரும்பாலும் வீர சைவப் பிரிவினர். எனவே தங்கள் சாதிக்கு 'யோகீஸ்வரர்' எனப் பெயரிட்டுக் கொள்கின்றனர்.

வைணவக் கோயில்களில் பண்டாரத்தின் காவலர்கள் பூத்தொடுக்கும் வேலையோடு மடைப்பள்ளியிலும் (கோயில் சமையலறையிலும்) பணிபுரிந்தனர். எனவே வைணவக் கோயில்களில் இக்காலத்தில் 'பண்டாரி' என்ற சொல் சமையல்காரர்களைக் குறிக்கிறது. வீட்டு விழாக்களில் சமையல் செய்பவர்களைத் தென் மாவட்ட முசுலிம்கள் சிலர் இன்றும் 'பண்டாரி' என்றே அழைக்கின்றனர்.

பண்டாரம் என்பது செல்வக் குவியலைக் குறிக்கும் சொல் என்பதனால் அருட்செல்வத்தை அள்ளி வழங்கும் இறைவனை 'மூலபண்டாரம் வழங்குகிறான் வந்து முந்துமினே' என்று மாணிக்க வாசகர் பாடுகிறார். இந்த வழக்கம் பற்றியே இறைவனின் அருட் செல்வத்தை நிரம்பப் பெற்றவர் என்ற பொருளில், சைவசமயத் துறவிகளும் மடாதிபதிகளும் 'பண்டார சந்நிதிகள்' எனப்பட்டனர். இந்த மரபை அடியொற்றித்தான் தம் ஆசிரியர்மீது குமரகுருபரர் 'பண்டார மும்மணிக்கோவை' பாடினார்.

பண்டாரம் பரதேசி என்ற தொடர் மேடு பள்ளம், ஏற்றத் தாழ்வு என்பதுபோல 'இருப்பவர் இல்லாதவர்' என்பதைக் குறிக்கப் பயன்படுத்தப்பட்டதாகும். பின்னர் 'இல்லாதவர்' என்ற பொருளை மட்டும் பெற்று நின்றிருக்கிறது. பரதேசி என்ற சொல்லுக்குப் பிறநாட்டான் என்பது பொருள். வறுமை காரணமாகவும், வேறு காரணமாகவும் கையில் ஏதுமில்லாமல் பயணம் செய்பவர்களைப் பரதேசி என்ற சொல்லால் குறித்துள்ளனர். 'தேசாந்திரிகள்' என்ற பெயராலும் இவர்கள் அழைக்கப்பட்டு, நெடுவழிகளில் அமைந்த சத்திரங்களில் இவர்களுக்கு உணவு வழங்கப்பட்டிருக்கிறது.

பழைய குருமார்கள்

பார்ப்பனர்கள் வருவதற்கு முன்னர் தமிழ்நாட்டில் 'புரோகிதம்' என்னும் தொழில் இருந்ததா? புரோகிதம் செய்யும் சாதியார் இருந்தார்களா? இருந்தால் அவர்கள் யார்? என்பவை அடிக்கடி விவாதிக்கப்பட்டு வரும் கேள்விகளாகும்.

'புரோகிதம்' என்ற சொல்லைக் கேட்டவுடன் அறிஞர் சிலர், பார்ப்பனப் புரோகிதத்தையும், அரசு அதிகார மையங்களோடு அவர்கள் கொண்டிருந்த நெருக்கத்தையும், அதன் விளைவாகப் பிறந்த பண்பாட்டு ஒடுக்குமுறையினையும் மட்டுமே கணக்கில் கொள்கின்றனர்.

தமிழ்நாட்டில் பார்ப்பனர் வருகைக்கு முன்னர் 'சடங்குத் தலைமை' ஏற்ற சாதியார் சிலர் இருந்தனர். பார்ப்பனரைப் போலச் சமூகத் தலைமையை அவர்கள் கைப்பற்றிக் கொள்ளவு மில்லை; அரசர்கள் அவர்களுக்கு ஆதரவு அளிக்கவுமில்லை. மாறாக, சடங்கு செய்யும் சாதியாருக்குத் தாங்கள் சமூகப் படிநிலையில் கீழ்ப்பட்டவர்களாகவே இருந்தார்கள். இவர்களைப் புரோகிதர்கள் என்று கூற முடியாது. சடங்குத் தலைமை ஏற்ற 'குருமார்கள்' என்று வேண்டுமானால் குறிப்பிடலாம்.

பார்ப்பனர் அளவுக்குத் தமிழக் குருமார் சாதிகள் இங்குச் சமூக மரியாதை பெறவில்லை என்றாலும் அவர்களது நேற்றைய வாழ்வின் தொல்லெச்சங்களைச் சடங்குகளில் இன்றும் காணமுடிகிறது. மருத்துவர் (நாவிதர், குடிமகன்), வண்ணார், வள்ளுவர், வேளார் (மட்பாண்டம் செய்வோர்), தமிழ்ப் பண்டாரம் (நந்தவனம் வைத்துப் பூத்தொடுப்பவர்), பறையர் ஆகிய சாதிகளைக் குருமார் சாதிகளாகக் குறிப்பிடலாம்.

சிறுதெய்வக் கோயில்களிலும், சமாதிக் கோயில்களிலும் மேற்குறிப்பிட்ட சாதியாரே இன்றுவரை பூசாரியாக இருந்து வருகின்றனர். இவருள் பண்டாரம் எனப்படும் சாதியார் பழனி, ராமேசுவரம் போன்ற பெருங்கோயில்களில் பூசாரிகளாக இருந்திருக்கின்றனர் என்பதற்குச் சான்றுகள் கிடைக்கின்றன. நாயக்கர் ஆட்சிக்காலத்தின் கடைசிப் பகுதியில் இவர்களது உரிமை பறிக்கப்பட்டு அது பார்ப்பனர்களுக்கு வழங்கப்பட்டி ருக்கிறது. அதுபோலவே மேற்குறித்த சாதியார் அங்கங்கே ல சாதியாருக்குத் திருமணச் சடங்கு செய்து வைத்துள்ளனர். அந்த உரிமையும் காலப்போக்கில் பார்ப்பனர்களால் பறிக்கப் பட்டிருக்கின்றது.

கட்டுரையாளர் நெல்லை மாவட்டத்தில் கள ஆய்வு செய்தபோது பிற்படுத்தப்பட்ட சாதி ஒன்றின் திருமண நிகழ்ச்சியில் கலந்துகொண்டார். கிழக்கு நோக்கிய சிறிய

மணமேடையும், மணமக்களோடு பார்ப்பனப் புரோகிதரும், அவருக்கு எதிர்ப்புறமாகச் சாதித் தலைவரும் (அம்பலம்) அமர்ந்திருந்தனர். அம்பலக்காரர் பக்கத்தில் மணமேடையின் பந்தற்காலை வலது கையில் பிடித்துக்கொண்டு, தலையிலே தலைப்பாகையுடன் ஊர்க்குடிமகன் (அந்த சாதிக்குரிய நாவிதர்) சடங்கு முடியும்வரை சபையினை நோக்கி நின்று கொண்டிருந்தார்.

திருமணம் முடிந்த மறுநாள் காலையில் மணமேடையில் மணமக்களுக்குக் 'காப்பு அறுக்கும்' சடங்கு நடைபெற்றது. மணமேடையில் குத்துவிளக்கு ஏற்றப்பட்டு நிறைநாழி நெல், வெற்றிலை பாக்கு, சந்தனம் ஆகியவை வைக்கப்பட்டிருந்தன: முதல் நாள் பார்ப்பனப் புரோகிதர் அமர்ந்திருந்த இடத்தில் குடிமகன் அமர்ந்துகொண்டார். அவர் தலைமையில் மணமக்கள் சில சடங்குகளைச் செய்தனர். மணமகன் கையில் அவர் கொடுக்கும் குழந்தைப் பொம்மையை, அவன் மணமகள் கையில் கொடுத்தான். அதன் பின்னர் மணமக்களுக்குத் திருமண நாளில் பார்ப்பனப் புரோகிதர் கட்டிய காப்புக் கயிற்றை அறுத்தார். பின்னர் தனக்குரிய மரியாதைகளுடன் காணிக்கை பெற்றுக்கொண்டார்.

மணமேடையில் ஏறிக் காப்பறுக்கும் உரிமை பெற்ற குடிமகனே ஒரு காலத்தில் காப்புக் கட்டும் உரிமையினையும் பெற்றிருக்க வேண்டும் என்பதை இந்தச் சடங்கிலிருந்து அறியலாம். காப்புக் கட்டும் உரிமையினைப் பார்ப்பனர்களிடம் இழந்துவிட்டு, காப்பினை அறுக்கும் உரிமையினை மட்டும் அவரது சாதி தக்கவைத்துக் கொண்டிருக்கிறது. அதன் விளைவாகவே திருமணம் நடைபெறும்பொழுது பந்தற்காலைப் பிடித்துக்கொண்டு முன்னிலை வகிக்கும் உரிமை அவருக்குத் தரப்பட்டுள்ளது. 'குடிமகன் பந்தக்காலைப் பிடிக்காமல் திருமணம் நடைபெறாது' என்று ஒரு தகவலாளி குறிப்பிடுகிறார். மேற்குறிப்பிட்ட சாதியாரின் இழவுச் சடங்குகளையும் குடிமகனே நடத்தி வைக்கிறார் என்பதும் குறிப்பிடத்தகுந்தது.

இதைப்போன்றே வேறு சில சாதிகட்குப் பண்டாரமும், வள்ளுவரும், வேளாரும், பறையரும் சடங்கில் தலைமை ஏற்கின்றனர் என்பது கள ஆய்விலிருந்து தெரியவருகிறது.

இசுலாமியப் பாணர்

ஒல்லியான உருவம். முழங்காலுக்குக் கீழே தொங்கும் வெள்ளை ஜிப்பா. வேட்டிக்குப் பதிலாகக் 'கைலி' எனப்படும் 'சாரம்', முக்கோண வடிவில் மடித்து இரண்டு தோளிலுமாகத் தொங்கும் துண்டு. தலையிலே பெரிய பச்சைத் தலைப்பாகை. கழுத்தில் நெல்லிக்காய் அளவிலான மணிகள் கோத்த குறுமத்தங்காய் மாலை (பெரும்பாலும் இசுலாமிய மூதாட்டிகள் அதனை அணிந்திருப்பார்கள்), சின்ன தாடி, கையிலே 'டேப்' என்னும் இசைக் கருவி. தோளிலே அரிசி வாங்குவதற்கு ஒரு ஜோல்னா பை. காலிலே செருப்பு கிடையாது. டேப்பைக் காதுக்கு நேராக உயர்த்தி அடித்துக் கொண்டு பாட்டு. பெரும்பாலும் 'வரவேணும் எனதாசை மகமூதரே' அல்லது 'நம்பினதற்குக் குணங்குடியான் செய்த ஞாயத்தை என்ன சொல்வேன்.'

சின்ன வயதில் கேட்ட அந்தப் பாட்டுகளின் முடிவுகள் மட்டும் இன்னும் நினைவிலிருக்கின்றன. 'டேப்பை' அடிக்கும் பொழுதைவிட முத்தாய்ப்பு வைத்து நிறுத்தும்போது கேட்கிற ஒலி சின்னவயதில் நிரம்பக் கவர்ச்சியாக இருக்கும். 'வீட்டுப் பெண்கள் இவரை 'பக்கிரிசா' என்பார்கள். இசுலாமியர் அல்லாதார் வீட்டுக்கும் வந்து அரிசி வாங்கிப்போவதுதான் இவரது தனிச் சிறப்பு. கிபி. பன்னிரண்டாம் நூற்றாண்டளவில் பாக்தாத் நகரத்தில் தோன்றிய ஃபகீர் ஷா மரபு தென் தமிழ்நாட்டின் கடைக்கோடிவரை எட்டிப் பார்த்திருக்கிறது. இறைவன் புகழையும் இறைத்தாதராகிய முகம்மது நபியின் புகழையும் இறையடியார்களின் வாழ்க்கைக் கதைகளையும் பாடுவதற்கென்றே தம் பிறவியினை நேர்ந்து கொண்டவர்கள் இவர்கள். இவர்களிலே ஐந்து பிரிவினர் உண்டென்றும், 'ரிப்பாய்' என்ற பிரிவினர் மட்டுமே தமிழகத்தில் உள்ளனர் என்றும் இசுலாமிய அறிஞர்கள் கூறுகின்றனர். ஏனென்றால், வடநாட்டில் பெருக வழங்குவது 'ஷியா' முசுலிம் பிரிவு. தமிழ்நாட்டில் உருது மொழி பேசும் சிறு பிரிவினரைத் தவிர ஏனையோரெல்லாம் 'சன்னி' பிரிவைச் சேர்ந்தவர்.

கள ஆய்விலிருந்து இவர்களைப் பற்றிச் சில செய்திகளைத் திரட்ட முடிந்தது. எளிய குடும்பங்களிலிருந்தே பெரும்பாலும் பக்கிரிசாக்கள் வருகின்றனர். எல்லோரும் பக்கிரிசா ஆக முடியாது. அதற்கென்று தனியே சடங்கு உண்டு. மதுரையை

அடுத்த மேலக்கால் (பல்கலைக் கழக வளாகத்துக்கு மேற்கே உள்ளது) கணவாயில் உள்ள தர்காவில் இச்சடங்கு நடத்தப்படுகின்றது. இச்சடங்கு 'மூரீஅத்' எனப்படும். அங்கு இது போன்ற துறவிகளின் தலைவரான 'உஸ்தாத்' ஒருவரும் அவருக்கு அமைச்சரைப்போல் 'குத்பால்' என்று ஒருவரும் பணியாளர் ஒருவரும் இருக்கின்றனர். சற்றே மறைவாகச் செய்யப்படுகிறது இச்சடங்கு. பக்கிரிசா ஆக விரும்புகிறவர் தன்னுடைய உடம்பில் உள்ள அவ்வளவு மயிரையும் களைந்துவிட்டு உஸ்தாத் முன் அமர்கிறார். தலைவர் ஒரு இரும்புக் கம்பியில் பாலைத் தொட்டு பக்கீர் ஆக விரும்புகிறவர் முதுகிலே 'ஹலம்' என்ற அரபு எழுத்தை எழுதுகிறார். பின்னர், கொஞ்சம் பாலையும் பழத்தையும் தான் சாப்பிட்டு விட்டு முன் அமர்ந்திருப்பவருக்குப் புகட்டுகிறார். பிறகு, பால், சருக்கரை, எலுமிச்சை மூன்றும் கலந்த கலவையை இசுலாமிய வேத மந்திரங்களை ஓதிக்கொண்டே சிறுகச் சிறுகப் பக்கீராக இருப்பவரின் வாயில் ஊட்டுகிறார். சடங்கு இவ்வளவுதான். இதன் பின்னர் பக்கீராக இருப்பவர் நாற்பது நாள் பிறர் கண்ணில் படாதவாறு விதவையான முசுலிம் பெண்களைப் போல் 'இத்தா' இருக்க வேண்டும். இறந்தவருக்குச் செய்யப் படுவதுபோல மூன்றாம் நாள் சடங்கும், நாற்பதாம் நாள் சடங்கும் அவருக்கும் செய்யப்படுகின்றன.

இதன் பின்னர் அவர் 'தாயிரா' என்ற டேப்பைக் கையில் பிடித்துக்கொண்டு, பச்சைத் தலைப்பாகை, தோளில் பையோடு இறைவன் புகழையும் இசுலாமிய வரலாற்றுக் கதைகளையும் பாடிக்கொண்டு வீடு வீடாக அரிசியோ பணமோ காணிக்கை யாகப் பெறுகின்றார். வாசலில் வந்து நின்று இவர்கள் பிச்சையென்று கேட்பதில்லை. 'தாயிரா' ஓசை கேட்டவுடன் பெண்கள் அரிசியுடன் வாசலுக்கு வருகின்றனர். நோயுற்ற குழந்தைகளுக்கு மந்திரம் சொல்லி ஜோல்னா பையில் வைத்திருக்கும் மயிலிறகைக் கொண்டு அவர்கள் முசுத்தை வருடுவர். அதனால் குழந்தைகளைப் பிடித்துள்ள தோஷம் நீங்கும் என்பது இசுலாமியப் பெண்களின் நம்பிக்கை. (இசுலாயரல்லாத வீட்டுப் பெண்கள் சருக்கரைப் பொடியோடு பள்ளி வாசலுக்குச் சென்று 'பாத்தியா' (பாத்திஹா) ஓதச் சொல்லி தண்ணீர் எறிவது மரபு. அவர்கள் பக்கிரிசாவிடம் இதைச் செய்வதில்லை.

பக்கிரிசாக்கள் பாடும் பாட்டு பெரும்பாலும் குணங்குடி மஸ்தான் பாடல்களாகவோ, தக்கலை பீர்முகம்மது வாப்பா

பாடல்களாகவோ இருகின்றன. கள ஆய்விலிருந்து அவர்கள் பாடும் கதைப் பாடல்களின் பகுஇகள் 'சைத்தூன் கிஸ்ஸா' எனப்படும் கதைப்பாடலிலிருந்து எடுக்கப்பட்டவை என்று தெரிகிறது. இஸ்லாமியத் தமிழ்ச் சிற்றிலக்கியங்களில் 'கிஸ்ஸா'க்களும் (கதைகள்), 'முனாஜாத்'களும் (வாழ்க்கை வரலாற்றுப் பாடல்கள்) நிறைய இருக்கின்றன.

மத அடிப்படைவாதம் பெருகிவரும் இந்நாளில் பக்கிரிசாக்களைப் புரப்பவர்கள் இல்லை. அதன் விளைவாக இந்த இசுலாமியத் தமிழ்ப் பாணர் மரபு அழிந்து வருகின்றது.

இந்தச் சடங்கின் பொருள் என்ன? பக்கீர் ஆகின்றவர் மயிர் களையும் சடங்கின்மூலம் தன்னுடைய பழம் பிறப்பை இழந்தவராகிறார். இழந்துபோன பிறப்பிற்காக முசுலிம் விதவைப் பெண்களைப் போல நாற்பது நாள் ஆண்கள் கண்களில் படாதவாறு 'இத்தா' இருக்கின்றார். இறந்தவரின் ஆன்ம ஈடேற்றத்திற்காகச் செய்யப்படும் மூன்றாம் நாள் தொழுகையும் (கத்தம்) நாற்பதாம் நாள் தொழுகையும் நடத்தப்படுகின்றன. நாற்பது நாள் முடிந்ததும் அவர் பக்கீராகப் 'புதுப்பிறப்பு' எடுக்கிறார். புதுப்பிழப்பின் அடையாளமாக அவருக்குப் பச்சைத் தலைப்பாகையும் குறுமத்தங்காய் மாலையும் தரப்படுகின்றன. அவருடைய முதுகில் முத்திரையிடப்படுகிறது. முதுகில் முத்திரை என்பது இசுலாமிய சமயத்தில் புனிதமானதாகும். ஏனென்றால் இறுதித் தூதராகிய முகம்மது நபி அவர்களுக்கு முதுகிலிருந்த பெரிய மச்சத்தை இறைவன், தூதர்க்காக இட்டு அனுப்பிய முத்திரை என்றே இசுலாமியர் நம்புகின்றனர்.

வடநாட்டுப் பக்கீர்களிடத்திலே அவரைக் காட்டும் அடையாளங்களாக சண்டாமணி உள்பட எட்டுவகைப் பொருள்களில் ஏதேனும் ஒன்று தரப்படுமாம். தமிழ்நாட்டுப் பக்கீர்களின் குறுமத்தங்காய் மாலை ஐம்பதாண்டுகளுக்கு முன்புவரை இசுலாமியப் பெண்கள் அணிந்ததாகும். அப்படி யென்றால் பக்கீர்கள் பெண் பிறப்பு அடைந்துவிட்டனரா? இந்தக் கேள்விக்கான விடையை இசுலாமிய மரபுகளில் தேட இயலவில்லை. மேலும் மறுபிறப்புக் கோட்பாட்டை இசுலாமிய இறையியல் ஏற்றுக்கொள்வதில்லை.

தென்னிந்தியப் பக்தி இயக்க மரபு நாயகி பாவனை என்ற ஒன்றை உருவாக்கியுது. இறைவன் ஒருவனே ஆண் என்றும், மனித உயிர்கள் எல்லாம் பெண் என்றும் இந்த மரபு கூறும். மரபுவழிக் கற்புக் கோட்பாட்டின்படி கணவனுக்காகவே உயிர்

வாழும் பத்தினியைப் போல இறைவனின் புகழ்பாடுவதற்கே உருவானவர்கள் நாயகிபாவ அடியார்கள். இந்தியாவில் எல்லா மொழிகளிலும் கவிதைகளையும் பாட்டினையும் வளர்த்ததில் நாயகி பாவனைக்குப் பெரும் பங்கு உண்டு. இறைவனிடம் மனிதன் அறிவு நிலையில் ஆணாக நின்று பேசுகின்றான்; அன்பு நிலையில் பெண்ணாக நின்று பேசுகிறான் என்று தமிழ் வைணவம் கூறும்.

பக்கீர்சா தொடர்பான சடங்கும் வாழ்வியலும் தென்னிந்திய நாயகி பாவனையின் செல்வாக்கால் எழுந்தனவாக இருக்கலாம்.

4

பல்லாங்குழி

விளையாட்டு என்ற சொல்லைக் கூர்ந்து சுவனித்திருக் கிறீர்களா? இந்தச் சொல்லில் பொழுதுபோக்கு என்ற பொருள் எங்காவது தொனிக்கிறதா? பொழுதுபோக்கு, பொருளற்றது, ஆழமில்லாதது என்ற பொருளிலேயே அந்தச் சொல்லை நாம் இப்போது பயன்படுத்தி வருகிறோம். ஆனால் மனிதகுல வரலாறு நமக்கு அப்படிச் சொல்லவில்லை. சமூகம் என்ற ஒன்று தான் உருவாக்கும் அல்லது தன் மீது கவியும் ஒரு கருத்தி யலையே விளையாட்டுக்களின் வழியே வெளிப்படுத்துகின்றது.

தமிழ்நாட்டு விளையாட்டுக்களைப் பற்றிக் கொஞ்சம் சிந்தித்துப் பார்ப்போம். குற்றுயிரும் குலையுயிருமாக நம்மிடம் இன்னும் மிஞ்சியிருக்கும் கோலியாட்டம், பாண்டியாட்டம், ஆடு புலி ஆட்டம், பல்லாங்குழி ஆகியவற்றின் தோற்றம் பற்றி யெல்லாம் நாம் அழமாகச் சிந்திக்க வேண்டும். எடுத்துக் காட்டாக இங்கு, 'பல்லாங்குழி' ஆட்டத்தைப் பார்க்கலாம்.

பல்லாங்குழி ஆட்டம் பொதுவாகப் பெண்களால் ஆடப்படுவது. முதற் பூப்படைந்த பெண்ணின் தீட்டுக்குரிய காலத்திலும் கருவுற்ற பெண்கள் அமர்ந்து பொழுது போக்குவதற்கும் மட்டுமே இந்த விளையாட்டை இப்பொழுது ஆடிப் பார்க்கிறார்கள். நமது பண்பாட்டு மரபினில் பெண்ணுக்குரிய சீர்வரிசைப் பொருள்களில் பல்லாங்குழியும் இடம் பெறுகிறது. பல்லாங்குழி ஆட்டம் பற்றி அறிஞர் தேவநேயப் பாவாணர் 'தமிழ்நாட்டு விளையாட்டுக்கள்' என்ற தம் நூலில் முதன்முதலாக எழுதினார். பின்னர் பேராசிரியர் தாயம்மாள் அறவாணன் 'பல்லாங்குழி (திராவிட ஆப்பிரிக்க ஒப்பீடு)' என்ற விரிவான நூலை எழுதியுள்ளார். உலகெங்கிலும் பல்லாங்குழி ஆட்டம் சிற்சில மாறுதல்களுடன் பழங்குடிகளிடம் விளங்கி வருவதை இந்த நூல் காட்டுகின்றது.

பல்லாங்குழி ஆட்டத்தினுடைய வகைகளாக நான்கினைக் குறிப்பிடுகிறார் பாவாணர். தாயம்மாள் அறவாணன் பல்லாங்குழி ஆட்டத்தின் எட்டு வகைகளைக் குறிப்பிட்டு அவற்றின் வேற்றுப் பெயர்கள், குழிகளின் எண்ணிக்கை, ஒரு குழிக் காய்களின் எண்ணிக்கை மற்றும் அவ்வகைகள் ஆடப்படும் பகுதிகள் என விரிவான அட்டவணை தந்துள்ளார். தமிழ்நாடு முழுதும் கள ஆய்வு செய்து எழுதப்பட்ட நூல் இது.

பேராசிரியர்கள் இருவரும் தரும் சுகளஆய்வுச் செய்தி களிலிருந்தும் நம்முடைய பட்டறிவிலிருந்தும் பல்லாங்குழி ஆட்டத்தின் அடிக்கூறுகளைப் பின்வருமாறு வரையறை செய்துகொள்ள முடியும்.

- இருவர் ஆடும் பல்லாங்குழி ஆட்டத்தில் (பக்க எல்லைக் குழியாக இருந்தால் வலதுகைப்பக்க குழியையும் சேர்த்து) குழிக்கு ஐந்து காய்களாக ஆளுக்கு ஏழு குழிகளாகத் துல்லியமான சமத் தன்மையுடன் ஆட்டம் தொடங்குகிறது.
- தன்னுடைய காய்களை எடுத்து முதல் ஆள் ஆட்டம் தொடங்குகிறபொழுது முதன்முறையாகச் சமத்தன்மை குலைகின்றது.
- எடுத்தாடுபவர் குழியில் காய்கள் தற்காலிக இழப்புக்கு உள்ளாகின்றன.
- சுற்றிக் காய்களை இட்டுவந்து ஒரு வெற்றுக்குழி (இன்மை அல்லது இழப்பு)யினைத் துடைத்துவிட்டு அதற்கடுத்த குழியினை எடுக்கும்பொழுது முதலில் இட்ட ஐந்து காய் களுக்குப் பதிலாக நிறைய காய்கள் (பெருஞ்செல்வம்) ஆடுபவருக்குக் கிடைக்கின்றன; அல்லது குறைந்த காய்களையுடைய குழி கிடைக்கிறது. சில நேரங்களில் துடைத்த குழிக்கு அடுத்த அடுத்த குழி வெற்றுக்குழியாக இருந்தால் ஒன்றுமே கிடைக்காமல் போய்விடுகின்றது.
- மற்றும். ஒரு இடைநிகழ்வும் ஏற்படுகின்றது. ஒரு வெற்றுக் குழியில் ஒவ்வொரு சுற்றுக்கும் ஒவ்வொரு காயினை இட்டு வரும்போது அது நாலாகப் பெருகிய உடன் அதனைப் ‘பசு’ என்ற பெயரில் அந்தக் குழிக்குரியவர் எடுத்துக் கொள்கிறார்.

- ❖ இதன் விளைவாக, ஆட்டத் தொடக்கத்தில் இருந்த ஐந்து காய்கள் (தொடக்க நேரத்து சமத்தன்மை அல்லது முழுமை) மீண்டும் ஒரு குழிக்கும் ஒருபோதும் திரும்பக் கட்டுவதே இல்லை.
- ❖ காய்களை இழந்தவர் (காட்டாக 15 காய்கள் குறைவாகக் கிடைத்தன என்றால்) தன்னுடைய பகுதியில் மூன்று குழிகளைக் காலியாக (தக்கம்) விட்டுவிட்டு ஆட்டத்தைத் தொடர வேண்டும். அந்தக் குழியில் எதிரி (வென்றவர்) சுற்றி வரும்போது காய்களைப் போட மாட்டார். சில இடங்களில் தோற்றவரும் போடமாட்டார். இப்போது தோற்றவருடைய குழி இழப்புக்கு ஒரு நிரந்தரத்தன்மை ஏற்படுகிறது.
- ❖ ஆட்ட இறுதியில் ஒருவர் தோற்றுப்போகிறபோது அவர் கையில் எஞ்சியிருக்கிற காய்கள் ஒரு குழிக்குரிய ஐந்துகூட இல்லாமல் நாலாக இருந்தால் குழிக்கு ஓவ்வொரு காயினை இட்டு ஆட்டம் தொடர்கிறது. இதற்குக் கஞ்சி காய்ச்சுதல் என்று பெயர். கஞ்சி என்ற சொல் வறுமையினை உணர்த்தும் குறியீடாகும்.
- ❖ தோற்றவர் ஒரு காய்கூட இல்லாமல் தோற்கின்றபோதே ஆட்டம் முற்றுப்பெறுகிறது.

ச.மத்தன்மை நிலவிவரும் பழைய சமூகத்தில் ஆட்டத்தின் (அல்லது சூதின்) பெயரால் சமத்தன்மை குலைக்கப்பட்டு ஒருவனது செல்வம் அடுத்தவன் கைக்கு நேரடி வன்முறை இல்லாமல் எளிமையாகப் போய்ச்சேர்ந்துவிடுகிறது; தோற்றவனின் இழப்பு நிரந்தர மாக்கப்படுகிறது. மறுபுறமாகச் சேர்ந்த இடத்தில் செல்வமும் நிரந்தர மாக்கப்படுகிறது. புராதனப் பொதுவுடைமைச் சமூகம் சாய்ந்து தனிச் சொத்துரிமைக்கான உணர்வுகள் அரும்புகின்றபோதே பொருளியல் சார்ந்த ஏற்றத்தாழ்வுகள் (மேடு பள்ளங்கள்) உருவாகின்றன. சிறிய அளவிலான உற்பத்தி அல்லது சிறிய அளவிலான நிலப்பகுதி வாழ்க்கையில் பள்ளத்து மண் மேட்டினை உருவாக்குகிறது. ஓரிடத்தில் குவிகின்ற செல்வம் மற்றொரு இடத்திலிருந்து எடுத்துக்கொள்ளப்பட்டதே. பறிப்பதும் பிடுங்குவதுமான நேரிடையான வன்முறை இங்கே நிகழவில்லை. ஆனால் தோற்றவனும் தன் தோல்விக்கான காரணமாக எதிரியின் திறமையினை மட்டும் இங்கே கருத வில்லை. அதற்கும் மேலான ஏதோ ஒன்றில் (தன்னுடைய

கெட்ட நேரம், தன்னுடைய தலைவிதி, தனக்கு நல் ஊழ் இல்லாமை) காரணமாகத் தனக்கு இத்தோல்வி அமைந்தது என்று நினைக்கிறான்; அதனை ஏற்றுக்கொள்கிறான்.

புராதனப் பொதுவுடைமைச் சமூகத்தில் வாழ்ந்திருந்த, 'ஊழ்' அல்லது 'முறை' என்னும் பங்கட்டுத் தெய்வம் இந்த உணர்வின் காரணமாசவே சரிந்து விழுந்து மறைந்து போய்விடுகிறது.

அரசுகளின் வளர்ச்சியில் அடுத்த கட்டமாக அதிகார மையத்தில் உள்ளோர் அடும் ஆட்டம் 'சூது' ஆகும். அரசு என்னும் நிறுவனத்தின் வளர்ச்சிப்போக்கில் சூது ஒரு பொருள் மிகுந்த இடத்தினைப் பெறுகிறது. எனவேதான் அந்த ஆட்டம அரசர்களுக்கும் இளவரசர்களுக்கும் விலக்கப்படாமலிருந்தது. தருமரும் நளனும் சூதாடித் தோற்ற கதையினை இங்கே நினைத்துக் கொள்ளலாம். தருமன் சூதாடிய நிகழ்ச்சியை விவரிக்கும் வில்லிபாரதம் அப்பகுதிக்குச் சூது போர்ச் சருக்கம் என்றே பெயர் தருகிறது. அதாவது அதிகார மையங்கள் உருவாகும்போது போருக்குரிய மதிப்பினைச் சூதாட்டம் பெற்றிருக்கிறது என்பதற்கு இது ஒரு சான்று எனலாம்.

செல்வமோ வறுமையோ வந்து சேர்வதற்குரிய காரணமாக மனிதனை மீறிய ஒரு சக்தி உள்ளது என்னும் கருத்தும் உணர்வும் இப்படித்தான் மனித மனங்களில் படிப்படியாக உருவாகத் தொடங்கின. தனிச்சொத்துரிமையின் தோற்றத்தினை மனிதமனம் ஏற்றுக்கொண்டது.

வேதகாலத் தொன்மங்களைப் பற்றி எழுதும் நரேந்திரநாத் பட்டாச்சார்யா, ரிக்வேதத்தில் 'அக்ஸஸூக்தம்' எனும் பகுதியில் பேசப்படும் 'அக்ஸ' என்னும் தெய்வத்தினைச் சூதாட்டத்தின் கடவுளாகக் காண்கிறார். ரிக்வேத காலப் பங்கீட்டுத் தெய்வமான 'ரித' எனும் தெய்வத்திடம் 'அக்ஸ' தன் பத்து விரல்களையும் விரித்து நீட்டிக்காட்டிப் பேசியதாக வரும் ஒரு குறிப்பினையும் சுட்டுகிறார். ராஜசூய யாகத்தில் ஒரு பகுதியாக அரசன் சூதாடும் செய்தியும் ரிக் வேதத்தில் பேசப்பட்டுள்ளது.

நிலம், நீர், கால்நடைகள், உணவு என எல்லாவற்றையும் பொதுவாகக் கொண்டிருந்த சமூகத்தில் தனி உடைமை உணர்வு அரும்புகிற போது அம்மக்கள் கால்நடைகளையே பண்டமாற்றுப் பொருளாகவும், பிறபொருள்களின் மதிப்பை அளக்கும் கருவியாகவும், ஆட்டத்தில் பணயப்பொருளாகவும் பயன்படுத்தியிருக்க வேண்டும். எனவேதான் உலகில் தமிழ்

உட்படப் பல பழைய மொழிகளில் செல்வத்தைக் குறிக்கும் சொல்லாக ‘மாடு’ இருந்திருக்கிறது.

பல்லாங்குழி ஆட்டத்திலும் ஆடாமலே கிடைக்கும் செல்வமான நான்கு காய்களுக்குப் பசு என்ற பெயர் இப்படியே வந்திருக்க வேண்டும்.

பல்லாங்குழி ஆட்டக் கூறுபாடுகளிலிருந்தும் சூதாட்டத்துக்குப் பழைய அரசு இயந்திரம் கொடுத்த மதிப்பிலிருந்தும் நாம் புரிந்துகொள்ளும் செய்தி இதுதான்:

தனி உடைமை உணர்வினையும் தனிச்சொத்தின் வளர்ச்சியினையும் அதன் மறுவிளைவாகப் பிறந்த வறுமையினையும் பண்பாட்டு ரீதியாக நியாயப்படுத்தும் வெளிப்பாடே பல்லாங்குழி ஆட்டம். இந்த நியாய உணர்ச்சி மனித மனங்களில் திணிக்கப்பட்ட பிறகு தனிச் சொத்துரிமையின் வளர்ச்சி தங்குதடையற்ற மிகப்பெரிய வேகத்தினைப் பெற்றிருக்க வேண்டும்.

எல்லா வகையான விளையாட்டுக்களையும் இவ்வகையாக நம்மால் பார்க்க இயலும்.

மூன்று புலிகளும் 21 ஆடுகளும் கொண்ட ஆடு புலி ஆட்டம் கால்நடை வளர்ப்புச் சமூகத்திலிருந்து பிறந்த ஆட்டமாக இருக்க வேண்டும். புலி திரியும் காடுகளில் ஆடுகளைக் காப்பாற்ற முற்பட்டவனின் முயற்சி இது. அரசு இயந்திரம் மிகப்பெரிய வளர்ச்சியினைப் பெற்ற பிறகு பிறந்த மற்றொரு ஆட்டம் சதுரங்கம். அரசன், மத குரு, குதிரைவீரன், யானை எனப் போர்ப் பயிற்சிக்கான விளையாட்டாக அது ஒழுங்கு செய்யப்பட்டு இருந்தது. தமிழ்நாட்டு மன்னர்களும் இதனை ஆடியிருக்கிறார்கள்.

‘ராஜாக்கள் அனைக்கொப்பு ஆடுவாரைப்போல’ என்கிறது திருவாய்மொழியின் நம்பிள்ளை ஈட்டு உரை. சதுரங்கம் என்பதனை ஆனைக்கொப்பு என்ற சொல்லால் அக்காலத் தமிழ் மக்கள் வழங்கியிருக்கிறார்கள் என்பதும் தெரிய வருகிறது. சதுரங்கத்தின் மாற்று வடிவமாகக் காணப்பெறும் வேறு சில ஆட்டங்களும் உள்ளன. தாய விளையாட்டும் பரமபத சோபானப் பட விளையாட்டும் அவற்றில் குறிப்பிடத் தகுந்தன. தாயம் என்ற சொல்லுக்குத் தமிழில் சொத்துரிமை என்றுதான் பொருள். இந்த இரண்டு ஆட்டங்களிலும் ஆடுபவனது வலிமை என்பது தாயக் கட்டை (கவறாடுகருவி, வட்டு, பகடைக்காய்)

அவனுக்குத் தருகின்ற வலிமைதான்.

அரிக்கமேடு, உறையூர், அழகன்குளம், படைவீடு ஆதிய இடங்களில் நடந்த அகழ்வாய்வுகளில் பக்கங்களில் புள்ளி எண் இட்ட நீள்செவ்வக வடிவத்தில் அமைந்த தாயக்கட்டைகள் கிடை த்துள்ளன. இவை சுடுமண்ணாலும் அரிய வகைக் கற்களாலும் ஆக்கப்பட்டவை. மதுரை, திருநெல்வேலிப் பகுதிகளில் வெண்கலத்தினாலான நீள்செவ்வக வடிவத்தில் அமைந்த தாயக் கட்டைகள் இன்றும் கிடைக்கின்றன.

தனிச்சொத்துரிமையின் நியாயப்பாட்டை மனித மனங்களில் பத்து வளர்த்ததில் சூதாட்டத்திற்கும், சூதாடு கருவிகளுக்கும் கணிசமான பங்கு உண்டு. நரேந்திரநாத் பட்டாச்சார்யா தம் நூல் ஒன்றில், 'அரசனும் சூதாடு கருவியும்' என்ற. இயலில் இது குறித்து விவாதித்துள்ளார். சமூக உருவாக்கம் மற்றும் மாற்றம் பற்றிச் சிந்திப்பவர்கள் விளையாட்டுக்களின் பங்கினைக் கூர்மையாக மதிப்பிட்டு அறியவேண்டும்.

சூதாட்டத்துக்கும் விளையாட்டுக்கும் தொடர்பு உண்டு என்பதை நிகழ்கால உலக அரசியலிலும் காணலாம். பன்னாட்டு வணிக நிறுவனங்கள் கவர்ச்சிகரமான பரிசுத் தொகைகளின் மூலம் விளையாட்டு வீரர்களையும் தடகள வீரர்களையும் சூதாட்ட உணர்வுடையவர்களாக மாற்றியிருக்கின்றன.

'வெல்வதற்காக அல்ல விளையாடுவதற்காகவே விளையாட்டு' என்ற ஒலிம்பிக் குறிக்கோள் எளிதாக முறியடிக்கப்பட்டுவிட்டது. பழைய ரோமானிய கிளாடியேட்டர்கள் எனப்பட்ட மனித சண்டைக் கடாக்கள் விளையாட்டின் பேரால் மீண்டும் உருவாக்கப்படுவதுதான் கவலையினைத் தருகிறது.

தவிடும் தத்தும்

மகப்பேறு இல்லாமை வாழ்க்கையில் ஒருவர்க்கு ஏற்பட்ட குறைபாடு என்ற கருத்து உலகில் எல்லாச் சமூகங்களிலும் உள்ளது. மகப் பேறு என்பது கடவுளால் அருளப்படுவது என்பது பழைய சமூகங்களில் பிறந்த நம்பிக்கையாகும். விஞ்ஞான உணர்வும் விஞ்ஞானக் கல்வியும் வளர்ந்திருக்க இன்றும் இந்த நம்பிக்கை மக்கள் மனத்தில் வேர்கொண்டு இருக்கிறது. இன்றைய சூழ்நிலையில், 'கடவுள் அருளுவது மகப்பேறு' என்ற பழைய நம்பிக்கை எதிர்மறையாகவே உயிர் வாழ்கிறது.

அதாவது, கடவுளின் அருள் கிடைக்காததனால் மகப்பேறு இல்லை' என்ற நம்பிக்கையே அதிகமாக இருக்கிறது. உலகத்தின் பழைய சமூகங்கள் இந்த மனக் குறையை எவ்வாறு நிறைவு செய்துகொண்டன எனபதை அறிய நமக்குச் சான்றுகள் கிடைக்கவில்லை.

குடும்பமும் தனிச் சொத்துரிமையும் வளர்ந்துவிட்ட காலச் சூழலில் மகப்பேறின்மை மட்டும் வாழ்க்கையின் குறையாகக் கருதப்படவில்லை. சொத்துக்குரிய ஆண்பிள்ளை இல்லாததும் வாழ்க்கையின் குறையாகக் கருதப்பட்டது.

தமிழ்ச் சமூகத்தில் மகப்பேறு இல்லாதவர்கள் நிறைய பிள்ளைகளைப் பெற்றிருக்கிற உறவினர்களிடமிருந்து ஒரு பிள்ளையை – பெரும்பாலும் அண்பிள்ளைகளில் ஒருவரை 'தவிட்டு விலைக்கு' வாங்கியிருக்கின்றனர்.

குடும்பம் எவ்வளவு வறுமையுற்றிருந்தாலும் பெற்றோர் யாரும் பிள்ளைகளை விற்க முன்வர மாட்டார்கள். பிள்ளையை இரவலாகக் கொடுத்தால், கொடுத்தவன் கொடுத்த பொருளை எந்த நேரமும் திரும்பக் கேட்டுப் பெறும் உரிமை அவனுக்கு உள்ளது. 'விற்ற பொருளுக்கு விலையில்லை' என்பது ஒரு சொல்லடை. அதாவது, பொருளை விற்றவன் அந்தப் பொருளின்மீது, மீண்டும் விலைக்கு வாங்கும் உரிமையினையும் இழந்துவிடுகின்றான். எனவே பிள்ளையைக் கொடுத்தவன் திரும்பக் கேட்காமல் இருக்கவேண்டுமென்றால் அதனை அவன் விற்றே ஆக வேண்டும். இது சமூகத்தில் எழுந்த உணர்வுரீதியான ஒரு பண்பாட்டு நெருக்கடியாகும். இதற்குத் தீர்வு காணும் முறையில்தான் ஒரு கைப்பிடி அளவு தவிட்டை விலையாகப் பெற்றுக்கொண்டு குழந்தையை விற்றதுபோலப் பாவனை செய்திருக்கிறார்கள்.

ஒரு கைப்பிடி தவிடு என்பது மிக அற்பமான பொருளாதார மதிப்பினை உடையது. அது ஒரு மூலப்பொருள் அன்று. மூலப் பொருளாகிய நெல்லிலிருந்து கழிக்கப்பட்ட, மனிதன் உண்ணாத பொருளாகும். உப்பு, வெற்றிலை போன்ற பொருள்கள் தொல் பழைய நம்பிக்கை சார்ந்த பொருள்கள். உப்பு நன்றியுணர்வைப் புலப்படுத்தும் அடையாளம். இது போன்ற தொல் பழைய நம்பிக்கை எதுவும் தவிட்டின்மீது சாரவில்லை. எனவே தவிடு குழந்தைக்கான பண்ட மாற்றுப் பொருளாகக் கருதப்படுகிறது.

தவிட்டுக்குப் பிள்ளை கொடுத்தவர்கள் தங்கள் பொருளா

சையால் பிள்ளையினை விற்கவில்லை என்று மன அமைதி கொள்ளலாம். பிள்ளையை வாங்கியவரோ விலைக்கு வாங்கிய உணர்வோடு குழந்தையின்மீது உணர்வுப் பூர்வமாக முழு உரிமை கொண்டாடலாம்.

குறைந்த விலை, அடிமட்ட விலை என்பதைக் குறிக்கக் கிராமப் புறங்களில் இன்றுங்கூடத் 'தவிட்டு விலை'என்ற தொடரைப் பயன்படுத்துகிறார்கள். இரண்டாயிரம் ரூபாய் பெறுமானமுள்ள மாட்டினை இருநூறு ரூபாய்க்குக் கேட்டால், "தவிட்டு விலைக்குக் கேட்கிறான்" என்று சொல்லும் வழக்கம் இருக்கிறது.

தவிட்டுக்குப் பிள்ளை வாங்குவதும், பிள்ளையைத் தத்து எடுப்பதும் அடிப்படையில் வேறுபட்டவை. தவிட்டுக்குப் பிள்ளை வாங்குவது குழந்தை இல்லை என்ற மனக்குறையை நிறைவு செய்ய. தத்து எடுப்பது சொத்துரிமையைத் தக்கவைக்க.

தத்தெடுக்கும் வழக்கம் பிராமணர்களிடத்தும் நகரத்தார் (நாட்டுக்கோட்டைச் செட்டியார்) சமூகத்திலும் சடங்குரீதியாகச் செய்யப்படுகிறது. இவ்விரு சமூகத்தவரும் பின்னர் தனக்கும் மட்டுமே தத்தெடுக்கின்றனர். தான் இறந்த பின்னர் தனக்கும் தன் முன்னோர்க்கும் நீத்தார் கடன் (நீர்க்கடன்) செய்ய வேண்டிய ஆண்பிள்ளைகள் இல்லாதவர்களின் ஆன்மா தாகத்தோடு அலையும் அல்லது 'புத்' என்னும் நரகத்தில் கிடந்து உழலும் என்பது வைதீக நம்பிக்கை. இந்தக் குறையைப் போக்கும் பொருட்டும் தங்கள் சொத்துக்கு ஆண் வாரிசு தேடச் மேற்குறித்த இரு சமூகத்தினரும் தத்து எடுக்கிறார்கள். இவ்விரு சமூகத்திலும் பிள்ளையைத் தத்துக் கொடுக்கிறவர்கள் அதற்குப் பதிலாகச் சில மரியாதைகளையும் சிறிது பணமும் பெற்றுக் கொள்கின்றார்கள்.

ஆனால் நாட்டார் மரபுகள் நீர்க்கடன் கழிக்கவும், சொத்துக்களை அளவும் தத்தெடுக்கின்ற மேல் சாதி மரபினை நிராகரித்தே வந்திருக்கின்றன.

பணத்துக்குப் பிள்ளை வாங்கி
பந்தியிலே விட்டாலும்
பந்தி நெறஞ்சிருமா
பாத்த சனம் ஓப்பிடுமா
காசுக்குப் புள்ள வாங்கி
கடத் தெருவே விட்டாலும்

கடத்தெரு நெறஞ்சிருமா
கண்ட சனம் ஓப்பிடுமா

என்பது தென்மாவட்டங்களில் கேட்கப்படும் ஒப்பாரியாகும்.

தவிட்டு விலையும் தத்தும் போல அல்லாமல் 'எடுத்து வளர்த்தல்' என்னும் மற்றொரு முறையும் இருந்திருக்கிறது. அடுத்தவர் பிள்ளையினை அவரது உரிமையினை ஒத்துக் கொண்டபடியே எடுத்து வளர்ப்பது இது.

சிவப்பிராமணரான சுந்தரமூர்த்தி நாயனாரை நரசிங்க குறுநில மன்னர் எடுத்து வளர்த்தார் என்பது பெரிய புராணம் தரும் செய்தி. அதுபோலவே வைணவ ஆசாரியர்களில் ஒருவரான பராசர பட்டரை, திருவரங்கத்து இறைவனான நம்பெருமாளே 'மஞ்சள்நீர் குடிக்கச் செய்து' தம் பிள்ளையாக ஆக்கிக்கொண்டார் என்பது ஆறாயிரப்படி குருபரம்பரைப் பிரபாவம் 'மஞ்சள் நீர் குடிக்கச் செய்தல்' என்பது வளர்த் தெடுக்கும் உரிமைக்கான சிறு கடங்காக இருந்திருக்கலாம்.

துடுப்புக் குழி

தொல்பழங்காலத்தில் மனிதனுக்கு வியப்பினை அளித்த நிகழ்வுகளில் ஒன்று மனிதன் பிறக்கும் முறை. தாயின் உடலின் சிறிய துளை வழியே குழந்தை வெளிவருவதும் அதைத் தொடர்ந்து நஞ்சும் கொடியும் வெளியே வருவதும் அவனுக்கு வியப்பையும் அச்சத்தையும் விளைவித்தன. கணத்தின் வளர்ச்சிக்குச் சூல் நிறைந்த வயிறு உயிரைத் தருவதால் அது அவனுக்கு வழிபடு பொருளாயிற்று. நிறைந்த நீர்க்குடத்தையும், சூல்கொண்ட பெண் வயிற்றின் அடையாளமாகக் கருதி அவன் வழிபட்டான். குழந்தையுடன் பிறந்த நஞ்சும் கொடியும் அவனுக்கு அச்சம் தந்த வழிபடு பொருளாயின. மகப்பேற்றுச் சடங்கு ஒன்று இதன் விளைவாகப் பிறந்தது.

நஞ்சையும் கொடியையும் மந்திரப்பொருளாகக் கருதிப் பிறர் பார்வையில் படாதவாறு குழியிலிட்டு மூடிவிடுவதே இன்றும் வழக்கமாக உள்ளது.

குறைந்த வலியுடன் தாயினையும் குழந்தையினையும் உயிர் இழப்போ பிற இழப்புக்களோ இல்லாமல் பிரித்துத் தந்ததற்காகப் பெண்ணின் பிறப்புறுப்பு (யோனி) தெய்வீக அருளுடையதாகக் கருதப்படுகிறது. நஞ்சும் கொடியும் தெய்வத்தின் பிரதிநிதியாகக்

கருதப்பட்டு அவற்றைப் புதைத்த இடம் தீட்டுக் காலம் முடியும்வரை வழிபடு இடமாகிறது.

குழந்தைப்பேற்றுத் தட்டைக் கழிக்கும் நாளன்று (பெரும்பாலும் 10 அல்லது 16ஆம் நாள்) துடுப்புக்குழி போடுதல் அல்லது தொடுப்புக் குழி போடுதல் என்னும் சடங்கு நடைபெறுகிறது.

குழந்தைப்பேறு நாள் தொடநூத் தீட்டுக் கழிக்கும் நாள் வரை பெற்றவள் யோனித் தெய்வத்தின் ஆளுகையில் இருக்கிறாள். எனவே அந்தக் காலப்பகுதி விலக்கிற்குரிய காலமாகக் கருதப்படுகிறது. தீட்டுக் கழிக்கும் சடங்கும் ஆண் விலக்கிற்கு உரியதாகக் கருதப்படுகிறது.

கிராமப்புறங்களில் பெரும்பாலும் வீட்டின் பின்புறம் உள்ள மண் தரையில் ஆழமாகக் குழிதோண்டி நஞ்சையும் கொடியையும் புதைக்கின்றனர். பின்னர் அந்த இடத்தைச் சுற்றி ஓலை அல்லது தீட்டி கொண்டு வேலியிட்டு மறைக்கின்றனர். குழந்தை பெற்ற தாய் இட்டுக் காலம் கழியும்வரை அம்மறைப்பினுள் நின்றுகொண்டு குளிக்கிறாள். அவள் குளித்த நீர் வெளியில் வராதவண்ணம் அந்தக் குழிக்குள்ளேயே இறக்கி விடப்படுகிறது.

பதினாறாம் நாள் நட்டுக் கழிக்கும் சடங்கு குழியின் முன்னர் நடைபெறுகிறது. மூன்று இலைகளில் உணவினைச் குழியின் முன்னால் படைக்கிறார்கள். சோற்றின்மீது கருவாட்டுக் குழம்பு ஊற்றுகிறார்கள். அவித்த முட்டையும், காயமும் கருப்பட்டியும் சுக்கும் சேர்ந்த மகப் பேற்று மருந்து உருண்டையினையும் இலைகளின்மீது வைக்கிறார்கள். பின்னர் சோற்றின் மீது ஒரு சிறிய மரக்குச்சியினை ஊன்றி வைக்கிறார்கள்; செம்பு நிறையத் தண்ணீர் வைத்து, அதன்மீது உதிரிப் பூக்களைத் தூவுகிறார்கள். பிறகு சூடத்தைப் பொருத்தி ஆரத்தி காட்டி, ‘துடுப்புக்குழி நாச்சியாரே! இடுப்புக் குறுக்கு நோகாம பிள்ளையையும் தாயையும் காப்பாத்தம்மா!’ என்று சொல்லிச் சாமி கும்பிடுகிறார்கள். பிறகு மூன்று இலையில் உள்ள உணவையும் குழந்தை பெற்ற தாய், தொட்டுப்பிடித்த பெண் (மகப்பேற்று நேரத்தில் உதவியவள்), மகப்பேற்றுக்கு உதவிய மருத்துவச்சி (நாவிதர் குடும்பத்துப் பெண்) ஆகிய மூவரும் சாப்பிடுகிறார்கள். சாமி கும்பிடும்போதும் அக்குழிக்கு முன் ஒரு நிமிட நேரம் குழந்தையைக் கிடத்தி எடுத்துக் கொள்கிறார்கள்.

இந்தச் சடங்கு முழுவதும் பெண்களாலேயே நடத்தப்படுகிறது. படைக்கப்பட்ட உணவினைப் பார்க்கக்கூட ஆண்களுக்கு அனுமதி இல்லை. சைவ வேளாளர் தொடங்கி பிராமண ரல்லாத எல்லாச் சாதியினரிடையேயும் இச்சடங்கு நிகழ்வதைத் தென்மாவட்டங்களில் இக்கட்டுரையாளர் கண்டிருக்கிறார். சைவ வேளாளர் வீடுகளில் மட்டும் கருவாட்டுக் குழம்பிற்குப் பதிலாகக் காரக் குழம்பு என்னும் மிளகுக் குழம்பு அளற்றப் படுகிறது.

சாமி கும்பிடும்போது, பெண்களின் வேண்டுகோள் எதிர்காலத் தன்மையுடன் இருந்தாலும் அந்தச் சடங்கு யோனித் தெய்வத்திற்கு நன்றி தெரிவிக்கும் சடங்காகவே நடைபெறுவதைக் காணலாம். பிறந்த குழந்தை இறந்துவிட்டால் இச்சடங்கு நடைபெறுவதில்லை என்பதும் குறிப்பிடத்தக்கது. துடுப்புக்குழி என்பது சடங்கு நடை பெறும் நாள்வரை யோனித் தெய்வம் உறையும் இடமாகக் கருதப்படுகிறது. ஊன்றப்பட்ட குச்சி ஆண் உறுப்பைக் குறியீடாகக் காட்டி நிற்கின்றது. கருவாட்டுக் குழம்பும் மகப்பேற்று மருந்தும் மருத்துவத் தன்மையுடையனவாகவும் மந்திரத் தன்மையுடையனவாகவும் கருதப்படுகின்றன.

கும்பகோணத்திற்கு அடுத்த தாராசுரத்தில் நெடுஞ்சாலை ஓரமாக அமைந்துள்ள சக்கராயி கோயில் யோனித் தெய்வத்தின் கோயிலாகும். முகத்திற்குப் பதிலாகத் தாமரை மலரோடு ஆடையின்றிப் பிறப்புறுப்பினை வெளிக்காட்டி, குத்துக்கால் இட்டபடி இத்தெய்வத்தின் சிலை அமைந்துள்ளது. இன்று வரை அப்பகுதியில் வாழும் மக்கள் மகப்பேற்றுத் தீட்டுக்காலம் கழிந்தவுடன் பிறந்த மகவை இக் கோயிலுக்கு எடுத்து வருகின்றனர். இத்தெய்வத்தின் முன் ஒன்றிரண்டு நிமிடங்கள் குழந்தையைக் கிடத்தி வழிபட்டுச் செல்கின்றனர்.

சிமெண்ட் நாகரிகம் பரவிய நகர்ப்புறங்களிலும், மகப்பேறானது மருத்துவமனையில் நிகழும் இடங்களிலும் இச்சடங்கு வீட்டிற்குள் இருவிளக்கின்முன் நிகழ்த்தப் பெறுகிறது. (சமூகவியல் அறிஞரான ஜி.எஸ். குர்யே இந்தியாவின் வடபகுதி மக்களிடத்தில் நஞ்சும் கொடியும் பற்றிய நம்பிக்கைகள், சடங்குகள் குறித்து ஆங்கிலத்தில் ஒரு கட்டுரை எழுதியுள்ளார்.) தமிழ்நாட்டில் யோனி வழிபாடு நடந்ததற்கான தொல் எச்சமாக இன்று தாராசுரம் சக்கராயி கோயிலும் இந்த வீட்டுச் சடங்குமே எஞ்சியுள்ளன. பிறவகையான ஏற்பச் சான்றுகள் கோயில் தூண்கள் சிலவற்றிலும் சில தேர்ச் சிற்பங்களிலும் காணப்படுகின்றன.

பண்பாட்டு அசைவுகள்

இக்கட்டுரையாளர் சில அண்டுகளுக்கு முன்னர் நெல்லை மாவட்டத்தில் கண்ட நிகழ்ச்சி இது. அது ஒரு சிறிய நகரம். ஆனாலும் தெருக்கள் சாதிவாரியாகவே அமைந்திருக்கின்றன. இருபத்தெட்டு வயது உடைய இளைஞர் ஒருவர் விபத்தொன்றில் இறந்துபோனார். அவருடைய மனைவிக்கு வயது இருபத்து மூன்று. மூன்று வயதில் ஒரு பெண் குழந்தை இருந்தது.

அந்தப் பிற்பகல் நேரத்தில் பிணத்தை எடுத்துச்செல்ல ஊரே திரண்டிருந்தது. ஆண்கள் இழவு வீட்டிற்கு வெளியே பெஞ்சுகளில் அமர்ந்திருந்தனர்; வேறு சிலர் நின்று கொண்டிருந்தனர், ஒருபுறத்தில் இறுதி ஊர்வலத்திற்கான மேளச் சத்தமும் அதற்குரிய நாகசுரமும் ஒலித்துக் கொண்டிருந்தன. வீட்டிற்குள் பெண்கள் உரத்த குரலில் அழுதுகொண்டிருந்தனர்.

திடீரென்று மேளச்சத்தம் நின்றது. இழவு வீட்டிற்கு உள்ளிருந்து ஒரு மூதாட்டி வெளியில் வந்தார். பேசிக் கொண்டிருந்த ஆண்கள் பேச்சை நிறுத்தினர். அம்மூதாட்டியின் கையில் தண்ணீர் ததும்பி வழியும் செம்பொன்று இருந்தது. அந்தத் தண்ணீர்ச் செம்பை அவர் கூட்டத்தின் நடுவில் வைத்துவிட்டு நிமிர்ந்தார். அவரது வலக்கையில் ஏதோ மடக்கி வைத்திருந்தார். கூர்ந்து பார்த்ததில் அவை உதிரிப் பிச்சி (முல்லைப்) பூக்கள் என்று தெரிந்தன. அவர் கூட்டத்தை ஒரு முறை நிதானமாகத் திரும்பிப் பார்த்தார். பின்னர் கையில் இருந்த பிச்சிப் பூக்களில் ஒன்றைச் செம்பில் நிறைந்த நீரின்மீது இட்டார். கூட்டம் மூச்சடங்கியது போல் அமர்ந்திருந்தது. பின்னர் இன்னொரு பூவைச் செம்புத் தண்ணீரின் மேலிட்டார். இரண்டு பூக்கள் செம்பு நீரில் மிதப்பது எல்லார் பார்வைக்கும் தெரிந்தது. கூட்டத்தில் இருந்த பெரியவர்கள் ச்சூ, ச்சூ. . . என்று அனுதாபத்தோடு ஒலி எழுப்பினர். பின்னர் அம்மூதாட்டி மூன்றாவது பூவையும் செம்பு நீரில் இட்டார். கூட்டம் மறுபடியும் அனுதாப ஒலி எழுப்பியது. ஒன்றிரண்டு நொடிகள் கழித்த பிறகு அந்தப் பெண் நீரிலிட்ட மூன்று பூக்களையும் கையில் எடுத்துக்கொண்டு செம்பு நீரைத் தரையில் கொட்டிவிட்டு விடுவிடென்று இழவு வீட்டிற்குள் சென்றுவிட்டார். கூட்டத்தில் அனுதாப ஒலியோடு பேச்சும் எழுந்தது. 'ம் பாவம்...' என்னத்தச் சொல்றது...'

கூட்டத்தில் ஒருவனாக நின்று இதை எல்லாம் கவனித்துக் கொண்டிருந்த கட்டுரையாளர், கூட்டத்தில் இருந்த பெரியவரிடம் இதுபற்றிக் கேட்டபோது கிடைத்த பதில் 'இது தெரியலையா ஒனக்கு... தாலி அறுக்கற பொம்பளப்புள்ள மூணு மாசமா முழுகாம இருக்கு.' விவரம் புரியாத கட்டுரையாளர் திரும்பக் கேட்டார். 'அந்தப் பொண்ணு முழுகாம இருக்கற விஷயத்தை ஏன் ஊருல சொல்லணும்.' கட்டுரையாளரின் கேள்வி எரிச்சலோடு அமைந்திருந்தது. ஒரு பெரியவர் இடைமறித்துச் சொன்னார். 'பேரப்புள்ள, ஏழு மாசம் கழிச்சு அவபுள்ள பெத்தா நீ கேக்க மாட்டியா, எப்படிப் புள்ள வந்திச்சுன்னு.'

கட்டுரையாளர் அதிர்ச்சியாலும் அவமானத்தாலும் குன்றிப் போனார். 'இதோ, இந்தப் பெண் இறந்து போனவனுக்காக வயிறு வாய்த்திருக்கிறாள். ஏழு மாதம் கழித்துப் பிறக்கப் போகும் குழந்தைக்குத் தந்தை இன்றைக்கு இறந்து போனவன் தான்' என்று கரும் உலகும் அறிய அந்தச் சடங்கு பிரகடனம் செய்திருக்கிறது. சங்க இலக்கியங்களில் பேசப்படும் 'வரைவு கடாதல்' துறையின் பெருமை கட்டுரையாளருக்கு அப்பொழுது தான் புரிந்தது. பிறக்கின்ற எந்த மனித உயிரும் தந்த பெயர் அறியாமல் பூமிக்கு வரக்கூடாது என்ற சமூகக் கட்டுப்பாடு புரிந்தது.

இந்தச் சோகத்துக்கு ஊடே சிறிய மகிழ்ச்சி தந்த மற்றொரு செய்தியும் உண்டு. ஒரு பண்பாடு பேச்சே இல்லாத ஒரு சின்ன அசைவின் மூலம் எவ்வளவு நுட்பமாகவும், மென்மையாகவும் தன்னை அடையாளம் காட்டிக் கொள்கிறது!

அறையும் கல்லறையும்

உலகின் பழைய மொழிகளில் ஒன்று தமிழ் என்பதால் தொல் பழங்கால வாழ்க்கை முறையினையும் சிந்தனைகளையும் சித்திரிக்கும் சொற்கள் தமிழில் நிறைய உண்டு. அவற்றுள் ஒன்றனைப் பற்றி இப்போது சிந்திக்கலாம்.

'அறை' என்ற சொல் இக்காலத்தில் தனிநபர் வாழ்கின்ற சிறிய வாழ்விடத்தைக் குறிக்கிறது. பெரும்பாலும் 'ரூம்' என்ற ஆங்கிலச் சொல்லின் தமிழ் மொழிபெயர்ப்பாகவே இது பயன்படுத்தப்படுகிறது. இச்சொல் பழந்தமிழ் இலக்கியங்களில் 'பாறை' என்ற பொருளிலேயே ஆளப்படுகின்றது. 'ஞாயிறு

காயும் வெவ்வறை' (குறுந்), 'அறையும் பொறையும் ஆறிடை மயக்கமும்' (சிலம்பு) எனவரும் இலக்கியப் பகுதிகள் இதற்குச் சான்றுகள். திருவெள்ளறை, வெள்ளறைப்பட்டி எனப் பாறையால் அடையாளமிடப்பட்ட ஊர்ப்பெயர்களும் வழங்கி வருகின்றன. அறை என்பது அறுக்கப்பட்ட அல்லது குறைக்கப்பட்ட என்ற பொருளையும் குறித்திருக்கிறது. 'அறிவறை போகிய பொதியறு நெஞ்சத்து' (சிலம்பு) எனவரும் பகுதி இதற்குச் சான்றாகும்.

இன்று, 'கல்லறை' என்பது நிலத்தில் தொட்டி போன்ற அமைப்பில் கட்டப்பட்டு உள்ளே இறந்தவர் உடலை வைக்கும் கட்டட அமைப்பைக் குறிக்கிறது. நிலத்தைக் கல்லிக் கட்டுவதால் 'கல்லறை' எனப் பெயர் பெற்றதாகத் தொல்லியல் ஆய்வாளர் குழந்தை வேலன் விளக்கம் தருகிறார். சல்லறை, கல்லறைத் தோட்டம் ஆகிய சொற்கள் இப்பொழுது தமிழ்க் கிறித்தவர்களின் இடுகாட்டையே குறித்து வழங்குகின்றன.

இறந்தவரைப் புதைக்கும் இடங்களும், முறைகளும் தொல்லியல் ஆராய்ச்சியாளருக்கு முக்கியமான சான்றுகளாகும். தமிழ்நாட்டில் காணப்பெறும் புதைவிடங்களை அறிஞர்கள் நான்காக வகைப்படுத்துவர். இறந்த மனிதனைப் புதைத்த இடத்தின் மேல் ஒரு பெரிய கல்லையோ அல்லது கற்குவியலையோ அமைப்பது ஒரு முறை; புதைத்த இடத்தின் மேல் ஒரு கல்லை வைத்துவிட்டு அதைச் சுழ்றிலும் 15 அடி குறுக்களவில் வட்டவடிவமாகக் கற்களைத் தரையில் புதைத்துவிடுவது மற்றொரு முறை; புதைத்த இடத்தின் மேல் சுமார் 8 முதல் 10 அடி வரை உயரமுள்ள கூம்பு வடிவிலான, அரைகுறையாகச் செதுக்கப்பட்ட கற்களை நடுவது இன்னொரு முறை. நான்காவது வகையே நம் ஆய்வுக்குரியது.

இவ்வகையான கல்லறைகளில் அரைகுறையான கற்பலகைகளைச் செய்து அவற்றைப் புதைக்கப்பட்ட உடலின் நாற்புறமும் நட்டு விடுவர். இப்பலகைகள் தரைக்கு மேற்புறமாக நான்கடி உயரத்தில் அமைந்திருக்கும். இந்நான்கு சுற்பலகை களின் மலும் பொருந்துமாறு மேலே ஒரு கற்பலகை வைக்கப் பட்டிருக்கும். பக்கவாட்டில் நிறுத்தப்பட்ட கற்பலகை ஒன்றில் சிறிய துளை இடப்பட்டிருக்கும். இந்த அமைப்பு, மொத்தத்தில் ஒரு அறை போல இருக்கும். அதாவது இக்காலத்தில் பெரிய நிறுவனங்களில் வாயிற் காவலருக்காக அமைக்கப்பட்டுள்ள சிற்றறை போல இருக்கும்.

முதல் வகைக் கல்லறைகள் தருமபுரி, புதுக்கோட்டை மாவட்டங்களிலும், இரண்டாம் வகை தமிழ்நாடு முழுவதிலும் காணப்படுகின்றன. புதைக்கப்பட்ட இடத்தின்மீது மிகப்பெரிய கல்லை வைக்கும் அமைப்பினைச் சங்க இலக்கியம் 'நெடுங்கல்' என்று குறிப்பிடுகிறது. கூம்பு வடிவிலான ஒற்றைக் கற்கள் தருமபுரி மாவட்டத்தில் காணப்படுகின்றன. இவற்றை ஆங்கிலத்தில் menhirs என்பர்.

அறைபோலக் கற்பலகைகளால் செய்யப்பட்ட அமைப்பு புதுக்கோட்டை மாவட்டத்தில் நார்த்தாமலை அருகிலும், கிருஷ்ணகிரிக்கு அருகிலுள்ள மல்லசமுத்திரம் மலையிலும் காணப்படுகின்றன. இதை அவ்வூர் மக்கள், ‘குரங்குப் பட்டடை’ என்றும் பஞ்ச பாண்டவர் வனவாசத்தின்போது தங்கி யிருந்தவை என்றும் குறிப்பிடுகின்றனர். இவ்வகையான கல்லறைகள் கொடைக்கானல் அருகில் பண்ணைக் காட்டிலும் காணப்படுவதாகச் சொல்லப்படுகின்றது. இறந்த மனிதனுக்காகக் கல்லைப் பலகை போலச் செதுக்கிச் சிறிய வாழ்விடம் போல அமைக்கப்பட்ட இந்த அமைப்பில் இருந்தே ‘கல்லறை’ என்ற சொல் பிறந்திருக்க வேண்டும். ‘பாறை’ என்ற பொருளில் தொடங்கி, ‘அறுக்கப்பட்ட பாறை’ என்ற பொருளில் விரிந்து, ‘சிறிய வாழ்விடம்’ என்ற பொருளில் அறை என்ற சொல் நிலைப்பட்டிருக்கிறது.

மேலே குறிப்பிட்ட அனைத்து வகைக் கல்லறை அமைப்புக் களும் கிறித்துவுக்கு முற்பட்ட காலத்திலேயே தொடங்கியவை என்று தொல்லியல் ஆராய்ச்சியாளர்கள் கருதுகின்றனர். ஒரு சிறிய சொல் மனிதகுல வரலாற்றின் பக்கங்களை நுணுக்கமாகக் கோடிட்டுக் காட்டுகிறது. இவ்வகையான சொற்கள் தமிழில் நிறைய உள்ளன.

5

தமிழகப் பௌத்தம்: எச்சங்கள்

தமிழ்நாட்டில் இன்றும் படித்தவர்கூட இப்படித்தான் சொல்கிறார்கள்: "சமணமும் பௌத்தமும் வடநாட்டில் பிறந்து வளர்ந்த மதங்கள். தமிழ்நாட்டிற்கும் அவற்றிற்கும் சம்பந்தம் இல்லை." உண்மையில் கி.பி. ஏழாம் நூற்றாண்டு வரை சமணமும் பௌத்தமும் தமிழ்நாட்டில் கொடிகட்டிப் பறந்த மதங்கள் ஆகும். கடைக்கோடிச் சிற்றூர்வரை அவை பரவி இருந்தன. கி.பி. ஏழாம் நூற்றாண்டில் பக்தி இயக்கம் தோன்றிய பிறகு பௌத்த மதம் படிப்படியாக மறைந்தது. இன்றளவும் வடமாவட்டங்களில் குறிப்பாக, திண்டிவனம், வந்தவாசி, காஞ்சிபுரம் ஆகிய பகுதிகளில் ஒரு இலட்சத்திற்கும் மேற்பட்ட தமிழர்கள் சமணர்களாக வாழ்கிறார்கள். இப்பகுதியில் சமணக் கோயில்கள் உள்ளன. இச்செய்திகூடப் பலர் அறியாததாக இருக்கலாம்.

ஆனாலும் ஒரு காலத்தில் தமிழக மக்களின் பெரும் பகுதியினர் சமண பௌத்த மதங்களின் செல்வாக்குக்கு ஆட்பட்டிருந்தனர். இந்த உண்மையைக் காட்டும் தொல்லெச்சங்கள் இன்றும் இருக்கின்றன. சைவ, வைணவ, சுமார்த்தத் துறவிகள் துறவுக்கு அடையாளமாகச் சிவப்பு ஆடை அணிகின்றனர். துறவு நெறியை இந்தியாவில் உருவாக்கி வளர்த்தவை சமண பௌத்த மதங்கள்தாம். பௌத்த மதத்தின துறவிகள்தாம் முதலில் செவ்வாடை அணிந்தவர்கள். 'சீவர' ஆடை அணிந்தவர்கள் என்று அவர்களைத் தேவாரம் சுண்டிக்கிறது. பௌத்த மதம் அழிந்த பிறகு சைவ, வைணவ, சுமார்த்தத் துறவிகள் சிவப்பு ஆடை அணியத் தொடங்கினர். துறவிக்குச் செவ்வாடை என்பது பௌத்த மதம் தந்ததாகும்.

பௌத்த மதம் தந்த மற்றொரு வழக்கம் தலையினை மொட்டையடித்துக் கொள்வது. வேத, புராணங்களிலோ தேவார, திவ்வியப் பிரபந்தங்களிலோ இவ்வழக்கத்தைப் பற்றிய

பேச்சே இல்லை. திருப்பதி, பழநி, திருச்செந்தூர் ஆகிய கோவில்களில் சென்று மொட்டையடித்துக் கொள்ளும் வழக்கம் மட்டும் மக்களிடையே பரவலாக உள்ளது. (ஆனால் தமிழ்நாட்டுப் பிராமணர்கள் இவ்வழக்கத்தை ஏற்றுக்கொள்ள வில்லை என்பது குறிக்கத்தகுந்தது.) தலை முடியினைப் பௌத்தத் துறவிகள் மழிகத்தியினால் களைந்து கொள்வார்கள்.

பௌத்த மதத்தின் துறவிகள் கையில் வைத்திருக்கக்கூடிய எட்டுப் பொருள்களில் தலைமழிக்கும் கத்தியும் ஒன்று. மதத்தின் பெயரால் தலைமுடியைப் புனிதத்தலங்களில் மழித்துக் கொள்ளும் வழக்கத்தைப் பௌத்தத் துறவிகளிட மிருந்து தான் தமிழ் மக்கள் கற்றுக்கொண்டனர்.

அரச மரம் பௌத்தர்களுடைய புனிதச் சின்னமாகும். பௌத்த மதத்தில் அரசமரம் ஞானத்தின் குறியீடாகக் கருதப்படுகிறது. அதைப் பின்பற்றித் தமிழர்களும் அரசமர வழிபாட்டினைக் கைக்கொண்டிருக்கிறார்கள். பௌத்த மதம் தமிழ்நாட்டில் செழித்திருந்த களர்களில் ஒன்று போதி மங்கை எனப்படும். 'சாக்கியர்தம் போதுமங்கை' என்று இந்த ஊரை அப்பர் தேவாரம் குறிப்பிடுகின்றது. போதிமரம் என்பது அரசமரத்தைக் குறிக்கும்.

தமிழர்கள் இன்று பரவலாக ஏற்றுக்கொண்டிருக்கும் ஷபட்டிமண்டபம்' என்ற கலைவடிவம் பௌத்த மதத்திலிருந்து பிறந்தது. பிற மதவாதிகளோடு வாதம் நடத்தி வென்று தங்கள் மதத்தைப் பரப்புவது பௌத்தத் துறவிகளின் வழக்கம். ஒரு ஊருக்குள் நுழைகின்ற பௌத்தத் துறவி, ஊர்ப்பொது இடத்தில் அரசமரத்தின் கிளை ஒன்றினை நாட்டிவிட்டுப் பிற சமயவாதிகளை வாதத்திற்கு அழைப்பது வழக்கம். 'ஒட்டிய சமயத்து உறுபொருள் வாதிகள் பட்டிமண்டபத்துப் பாங்கறிந்து ஏறுமின்' என்று வரும் மணிமேகலை அடிகள், 'பட்டிமண்டபம்' என்பது சமயக் கருத்துக்களை விவாதிக்கும் என்று காட்டு கின்றன.

ஆங்கிலக் கல்வி வருவதற்கு முன்னர் குருகுலங்களே பள்ளி களாக இருந்தன. இக்குருகுலங்களில் பௌத்தத் துறவிகளும் கற்றுக்கொடுத்தனர். இக்குருகுலத்து மாணவர்களுக்கு அமாவாசை (கார் உவா) நாளும் பௌர்ணமி (வெள் உவா] நாளும் விடுமுறை நாள்களாகும். இந்த நாள்களில் ஒரு வட்டாரத்தில் உள்ள பௌத்தத் துறவிகள் அனைவரும் கூடிச் சங்கக்கூட்டம் நடத்துவர். பௌத்தத் துறவிகள் அதற்குச் செல்ல

வேண்டி இருந்ததால் பள்ளிகளுக்கு விடுமுறை விடப்பட்டது. பௌத்தம் தமிழ்நாட்டில் மறைந்த பிறகும் திண்ணைப் பள்ளிகளில் இந்த நாள்களே விடுமுறையாகக் கொள்ளப்பட்டு வந்தன. இந்த உவா நாள்களில் ஆசிரியர்களுக்கு மாணவர்கள் அரிசியையும், காய்கறிகளையும் காணிக்கையாகக் கொண்டு கொடுத்தனர். இதுவே வாவரிசி (உவா அரிசி) எனப்படும் காணிக்கையாகும். இன்றும் இலங்கையில் வாழும் பௌத்தச் சிங்களர் 'போயா இனம்' என்று இந்த நாட்களை அறிவிப்பதை இலங்கை வானொலி மூலம் அறியலாம்.

உவா நாள் கூட்டங்கள் நடந்த மலைப்பகுதிகளுக்கு உவாமலை அல்லது ஓவாமலை என்று பெயர். இன்றும் தமிழ்நாட்டில் எண்ணற்ற மலைப்பகுதிகளுக்கு உவாமலை அல்லது ஓவாமலை என்று பெயர் வழங்கப்படுகிறது.

இவையெல்லாம் தமிழ்நாட்டில் வாழ்ந்து மறைந்த பௌத்த மதத்தின் எச்சங்கள் ஆகும். இவைமட்டுமல்ல இருபதாம் நூற்றாண்டின் நடுப்பகுதியில் அரசியல் உலகில் சூறாவளியாகக் 'கடமை, கண்ணியம், கட்டுப்பாடு' ஆகிய சொற்கள் உருவெடுத்தன. இவை புத்தம், தர்மம், சங்கம் ஆகிய பௌத்த மும்மைக் கோட்பாட்டின் மறுபிறவியேயாகும் என்பதைக் கூர்ந்து சிந்தித்தால் உணரலாம்.

சமணம்

'பள்ளி' என்ற சொல்லுக்குப் படுக்கை என்று பொருள். 'பள்ளியறை' என்றால் படுக்கையறை. 'பள்ளி கொள்ளுதல்' என்றால் உறங்குதல். இந்தச் சொல் எப்படிக் கல்வி நிலையத்தைக் குறிப்பதாயிற்று?

கிறித்துவுக்கு இரண்டு நூற்றாண்டிற்கு முன்னர் தமிழகம் வந்த சமண மதத்தின் திகம்பரத் துறவிகள் மலைக்குகைகளில் தங்கத் தொடங்கினர். சமண மதத்தின் கொடையாளர்கள் இவ்வகையான ஆடையில்லாத் துறவிகளுக்காக அவர்கள் தங்கும் குகையின் தரைப் பகுதியைப் படுக்கைபோலச் சமதளமாகச் செதுக்கிக் கொடுத்தனர். அந்தக் குகைகளுக்கு அருகில் மழைத் தண்ணீர் தேங்குவதற்கு ஒரு சிறிய குழி வெட்டப்பட்டிருக்கும். அந்தத் துறவிகளிடம் நீருண்ணும் பாத்திரம்கூடக் கிடையாது. அவர்கள் எட்டு நாள் (அட்டோபவாசம்), பதினாறு நாள் (சோடசோபவாசம்)

உண்ணா நோன்பு இருக்கும் வழக்கம் உடையவர்கள். உண்ணா நோன்புக் காலத்தில் அருகில் இருக்கும் குழியிலுள்ள மழைநீரைக் கையினால் சேந்தி அருந்துவார்கள். மக்களின் மருத்துவ உதவிக்காகச் சில மூலிகைகளும் ஏடுகளும் மட்டும் அந்தக் குகையில் இருக்கும். காலத்தால் முற்பட்ட தமிழ் (தமிழி தமிழ் பிராமி) எழுத்துக்கள் இவ்வகை சமணக் குகைத் தளங்களிலிருந்தே இதுவரை கண்டுபிடிக்கப்பட்டுள்ளன.

இப்படிப்பட்ட குகைத் தளங்களை மதுரைக்கருகில் அழகர்மலை, ஆனைமலை, திருப்பரங்குன்றமலை, திருவாதவூர், சமணமலை, நாகமலை (மதுரை காமராசர் பல்கலைக் கழக மலையின் மேற்குப் பகுதி) ஆகிய இடங்களில் இன்றும் காணலாம். நாகமலையிலுள்ள புளியங்குளம் குகையில் மட்டும் ஐம்பது படுக்கைகளுக்கு மேலாக வெட்டப்பட்டுள்ளன.

ஆடையில்லாச் சமணத் துறவிகள் பசித்த நேரத்தில் மட்டும் அருகிலுள்ள ஊருக்குள் நுழைந்து கையினிற் பிச்சை ஏற்று உண்டு செல்வர். கல்வி, மருந்து, உணவு ஆகிய மூன்று கொடைகளும், அடைக்கலம் அளித்தலும் சமண மதத்தின் தலையாய அறங்கள் ஆகும். இவற்றுள் சோற்றுக் கொடை (அன்னதானம்) இல்லறத்தார்க்கு மட்டுமே இயலும்.

'ஞானதானம்' செய்வதற்காகச் சிறுபிள்ளைகளைத் தங்கள் இருப்பிடத்திற்கு ஆடையில்லாத் துறவிகள் அழைத்துக் கற்றுக்கொடுத்தனர். குகைத் தளத்தில் பிள்ளைகள் அமர்வதற்கு வேறு இடம் கிடையாது. பள்ளித் தளத்தின் (கற்படுக்கைகளின்) மீதுதான் அமர்ந்திருக்க இயலும். பள்ளிகளின்மீது பிள்ளைகள் அமர்ந்து கற்றதனால் கல்விக்கூடம் பள்ளிக்கூடம் ஆயிற்று.

'கல்லூரி' என்பது இன்று உயர்கல்வி நிலையத்தைக் குறிக்கிறது. 'கல்லூரி நற்கொட்டிலா' (995) என்ற சீவக சிந்தாமணித் தொடரிலிருந்து இந்தச் சொல் பெறப்பட்டது. சிந்தாமணி சமண நூலாகும்.

தென் தமிழ்நாட்டில் ஐம்பதிற்கும் மேற்பட்ட சமணப் பள்ளிகள் இருந்தன. இங்கு ஆண் துறவிகளைப் போலவே பெண் துறவிகளும் ஆசிரியராக இருந்துள்ளனர். 'கனகவீரக் குரத்தியர்', 'பட்டினிக் குரத்தியடிகள்' எனக் கல்வெட்டுக்கள் 'குரத்தி' (குரவன் என்பதன் பெண்பாற் சொல்) எனும் பெயரோடு இவர்களைக் குறிக்கின்றன. 'மாணாக்கள்', 'மாணாக்கி' ஆகிய சொற்களும் சமணக் சுல்வெட்டுக்களில் தாம்

பெரும்பாலும் காணப்படுகின்றன. பெண் துறவிகளிடத்தில் மாணாக்கர்களும் பயின்ற செய்தியைக் கழுகுமலைக் கல்வெட்டுக்களால் அறிகிறோம். எனவே தமிழ்நாட்டின் கல்வி வளர்ச்சிக்கும் குறிப்பாகப் பெண் கல்வி வளர்ச்சிக்கும் சமணம் தொண்டாற்றிய செய்தியை உணரலாம்.

சமணத்தினளவு பிற மதங்கள் கல்வியைப் பெருமைப்படுத்த வில்லை. கல்வி கற்பதற்குப் பிறப்பினை (சாதியை) ஓர் அளவு கோலாகச் சமணம் கொண்டதில்லை. எனவே அனை வர்க்குமான கல்வி என்ற கோட்பாடு சமணத்திலிருந்து பிறந்த தாகவே கொள்ள வேண்டும்.

பிற்காலச் சமணத்தில் கல்விக்கென்றே 'வாக்தேவி' என்ற தெய்வமும் பிறந்தது. இதுவே வைதிக நெறியின் 'சரஸ்வதி'க்கு முன்னோடியாகும் என அறிஞர்கள் கருதுவர். 'சரஸ்வதி'க்குரிய வெள்ளுடை என்பது சமணப் பெண் துறவிகளின் 'வெள்ளையாடை' (சுவேதாம்பரம்) மரபிலிருந்து வந்ததாகு இருக்கலாம்.

கி.பி. பதின்மூன்றாம் நூற்றாண்டுக்கு முன் தமிழிலக்கிய இலக்கண வரலாற்றில் சமணத்தின் பங்கு மிகப் பெரியது என்பதை இலக்கிய மாணவர்கள் அறிவர். தேசிய இயக்கத்தின் வளர்ச்சியில் உண்ணா நோன்பு என்பது மிகப் பெரிய போராட்டக் கருவியாயிற்று. உண்ணா நோன்புக் காலத்தில் தண்ணீர் மட்டும் அருந்துவது சமணர்களிடமிருந்து நாம் கற்றுக்கொண்டதாகும்.

புலால் உண்ணாமையை ஓர் அறமாகக் கற்பித்ததும் சமண மதமே. புலால் தவிர்ந்த உணவு சைவ உணவு என வழங்கப்படுகிறது. ஈழத்தில் அதற்கு 'ஆரத உணவு' என்று பெயர். ஆரதர் என்பது ஆருகதர் (அருகன் அடியாரான சமணர்) என்ற சொல்லின் திரிபு.

இன்று பரவலாகக் கொண்டாடப்படும் தீபாவளி சமண மதத்தின் 24ஆம் தீர்த்தங்கரரான வர்த்தமான மகாவீரரின் இறந்த நாளாகும். அதையே வைதிக மரபுகள் நரகாசுரன் அழிந்த நாள் என்கின்றன.

தென் மாவட்டங்களில் பரவலாகக் காணப்படும் இயக்கி வழிபாடு சமண மதத்திலிருந்து பிறந்ததாகும். சமணத் தீர்த்தங்கரர்களின் பணிமகளிர் 'இயக்கியர்' எனப்படுவர். கையில் குழந்தையுடன் இன்று வழிபடப்படும் இயக்கி சமண

மரபுகளில் அம்பிகாயக்ஷி எனப்படும். வடமாவட்டங்களில் ஜ்வாலா மாலினி (பொன்னியக்கி) என்று குறிக்கப்படும். அப்பாண்டைநாதர் உலா எனும் சமண நூல் இச்சிறு தெய்வத்தைப் "பன்னு தமிழ் வாய்ச்சி பழமறைச்சி" எனப் புகழ்கிறது. மதுரை, முகவை மாவட்டங்களில் காணப்பெறும் சாத்தன் (ஐயனார்) வழிபாடு சமண மதம் தந்ததாகும். எனவேதான் ஐயனார், ஏனைய சிறுதெய்வங்களோடு கலந்து அமர்ந்திருந்தாலும் இரத்தப் பலி பெறாத தெய்வமாகத் தனித்து விளங்குகிறார். ஐயனார் கையிலிருந்த செண்டு என்னும் (வினாக்குறிபோல் அமைந்து கருவியை இப்போது சாட்டையாக மாற்றிவிட்டனர்.

முனீசுவரன் என்றும் தவசி என்றும் கிராமப்புறங்களில் வழி படப்படும் நிர்வாணத் துறவிகளின் கற்சிலைகள் அனைத்தும் சமண மதத் தீர்த்தங்கரர்களின் சிலைகளே ஆகும்.

தமிழ்நாட்டின் கல்வி வளர்ச்சிக்கு 19ஆம் நூற்றாண்டில் கிறித்தவம் தொண்டாற்றியதைப்போல கிறித்துவுக்கு முன் பின்னாக மூன்று நூற்றாண்டுக் காலம் சமண மதம் கல்வித் தொண்டாற்றியுள்ளது. சமண மதம் வடமொழி வேதத்தை ஏற்றுக்கொள்ளாத மதமாகும். எனவேதான் சம்பந்தர் போன்ற வைதிக நெறியாளர்கள் சமணத்தை எதிர்த்து நின்றனர்.

கடுமையான துறவை வலியுறுத்தியதும், தொல்பழைய சடங்குகளை நிராகரித்ததும், ஆடல் பாடல் போன்ற நுண்கலை உணர்வுகளை ஏற்றுக்கொள்ளாததும், புலால் உணவை முற்றிலுமாக மறுத்ததும், பாண்டிய, சோழப் பேரரசுகள் வேத நெறிக்கு ஆதரவு அளித்ததும் சமண மதம் தமிழ்நாட்டில் வீழ்ச்சி அடையக் காரணங்களாயின.

துறவு

துறவு என்னும் சொல் தருமணம் வேண்டாத வாழ்க்கையைக் குறிப்பதாகவே தமிழர்களால் இதுவரை கருதப்படுஇறது. கி.மு. ஆறாம் நூற்றாண்டில் வடஇந்தியப் பகுதியில் பிறந்த சமணம். பௌத்தம் ஆகிய இரண்டு மதங்களே உலகத்தில் முதன்முதலாகத் 'துறவு' நெறியை வலியுறுத்தியவையாகும்.

சம்ண பௌத்தத்திற்கு (முந்திய வைதிக நெறியில் திருமணம் வேண்டாத வாழ்க்கைக்குத் தனித்த மரியாதை எதுவும்

கிடையாது. பிரம்மச்சரியம், கிருகஸ்தம், வானப்ரஸ்தம், சந்நியாசம் என வரிசைப்படுத்தி வாழ்க்கையின் இறுதிச் சட்டத்தில் குடும்ப வாழ்க்கையினையும் விட்டுவிடுவது ஒரு நெறியாகச் சொல்லப்பட்டது. இன்றளவும் பிராமணர்களில் சிலர் வாழ்க்கையின் இறுதிப் பகுதியில் சந்நியாசம் வாங்கிக் கொள்கின்றனர். இறப்பதற்கு ஒன்றிரண்டு நாளைக்கு முன்பாகவோ சில மணி நேரங்களுக்கு முன்பாகவோகூடப் பார்ப்பனர் சந்நியாசம் வாங்கிக்கொள்வது உண்டு. இதற்கு 'ஆபத் சந்நியாசம்' என்று பெயர்.

சமணமும் பௌத்தமும் தாம் தமிழ்நாட்டிற்குத் துறவு நெறியை அறிமுகப்படுத்தின. அறிமுகப்படுத்தப்பட்ட காலந்தொட்டே துறவு நெறி ஒருபோதும் தமிழகத்தில் செல்வாக்குப் பெற்றதில்லை. சமூகத்தின் மிகச்சிறிய அசைவுகளில் ஒன்றாக அதுவும் இருந்தது. அவ்வளவே. தொல்காப்பியம் வாழ்க்கையின் இறுதிக்கட்டத்தில்கூடக் கணவனும் மனைவியும் இணைந்தே அறஞ்செய்ய வேண்டும் என்று வரையறை செய்கிறது.

தமிழில் முதன்முதலில் துறவு நெறியைப் பெருமைப்படுத்திப் பேசியவர் திருவள்ளுவரே. வள்ளுவர் வகுத்த அறங்களில் தமிழரை வெற்றிகொள்ள முடியாமற் போனவை கள்ளுண் ணாமை, புலாலுண்ணாமை, துறவு ஆகிய மூன்று மட்டுமே.

உலக அரங்கில் சமண பௌத்தத்திற்குப் பின்னரே ஏனைய மதங்கள் துறவு நெறியைப் பெருமைப்படுத்தின. கி.பி. நான்காம் நூற்றாண்டிற்குப் பின்னரே கிறித்துவமும் துறவு நெறியை ஏற்றுக்கொண்டது. தமிழ்நாட்டுச் சைவம் கி.பி. 13ஆம் நூற்றாண்டளவில் மடங்களை உருவாக்கியபோது துறவு நெறியை ஏற்றுக்கொண்டது. ஆனால் அதைக் கொள்கையாகப் பரப்பவில்லை. தமிழ்நாட்டு வைணவத்தில் மடங்களின் ஜீயராகப் பொறுப்பு ஏற்பவர்கள் அப்பொழுது முதல் குடும்பத்தைவிட்டு விலக வேண்டும் என்பதே வழக்கமாக இருக்கிறது.

சமண பௌத்தங்கள் போதஇித்த துறவு நெறிக்கு மாறாகக் குடும்பம் என்ற நிறுவனத்தினைப் பேணியது பக்தி இயக்கத்தின் எழுச்சிக்கான காரணங்களில் ஒன்று ஆகும். எனமீவ தான் சிவபெருமானை உமையொருபங்கனாகச் சைவம் காட்டியது. வைணவம் "அகலகில்லேன் இறையும் என்று அவர்மேல் மங்கை உறைமார்பன்" ஆகக் காட்டியது. அத்துடன் வைணவத்தின்

வடகலையார். 'திருமாலைப் போலத் திருமகளும் முத்திப்பேறு அளிக்கவல்லவள்' என்று கூறினர்.

வள்ளுவருக்குப் பிறகு தமிழ் இலக்கியங்களும் துறவின் பெருமையினை விரித்தோ விதந்தோ பேசவில்லை. வாய் மொழி இலக்கியங்களும் துறவினைப் பெருமைப்படுத்திப் பேசவில்லை. இறப்பிற்குப் பின்னரும் துறவிகள் வணக்கத்திற்கு உரியவர்கள் என்று உணர்வு பட்டும் நடை முறையில் இருந்து வருகிறது.

திருமணமும் திருமணச் சடங்குகளும் விருப்பத்திற்குட் பெருமைக்கும் உரியனவாக இன்றளவும் தமிழர்களால் கொள்ளப்பெறுகின்றன. திருமணம் மனித வாழ்வை முழுமையாக்குகிறது என்னும் கருத்து இன்றளவும் அடக்கம் செலுத்துகிறது. கிராமப்புறங்களில் ஊர்க் கோவில் அல்லது சாதிக்குரிய கோயில் அல்லது சாதிப் பஞ்சாயத்து - இவற்றிற்கான வரியில் திருமணமாகாத ஆண்களிடம் இருந்து அரைவரியே வசூலிக்கப்படுகிறது. இது அவன் முழு மனிதனல்லன், அரை மனிதனே என்பதற்கான அடையாள மாகும். திருமண வயதுக்குரிய இளைஞர்கள் இறந்துபோனால் 'வாழைத்தாலி' என்னும் சடங்கு தென் மாவட்டங்களில் பிராமணர் தவிர்ந்த மற்ற சாதியாரிடத்தில் காணப்படுகிறது. பிணத்திற்கு முன் ஒரு குமரி வாழையினை (ஈனாத வாழை நிறுத்தி, பிணத்தின் கையில் செம்பினாலான தாலி ஒன்றை வைத்து எடுத்து வாழை மரத்துக்குத் தாலி கட்டுகின்றனர். பின்னர் இறந்தவருக்கு வாழை மரம் தாலி அறுப்பது போல அந்தத் தாலியினை அரிவாளால் அறுத்தெறிகின்றனர். இறந்தவர் மணமாகிவிட்ட முழு மனிதனாகிவிட்டார் என்பதே இதற்குப் பொருளாகும்.

சமண பௌத்த மதங்கள் தமிழ்நாட்டில் செல்வாக்கு இழந்து போனமைக்கு அவை துறவு நெறியைப் பெரிதும் வற்புறுத்தியது ஒரு காரணமாகும். துறவுக்குரிய தெய்வங்களோ துறவியான தெய்வங்களோ தமிழர் மரபில் இல்லை. ரிஷி, முனி, முனிசாமி, தவசி (தவஞ்செய்பவன்) என்ற பெயரில் இறப்புக்குப் பின் தெய்வமாக்கப்பட்டவர்கள் சிறு தெய்வக் கோயில்களில் பத்தோடு ஒன்றாகவே வணங்கப்படுகின்றனர்; தனித்த மரியாதை பெறுவதில்லை.

கிறித்தவ மதம் நுழையும்வரை பெண் துறவி என்ற கருத்தைத் தமிழர்கள் ஏற்றுக்கொண்டதில்லை. ஒன்பது பத்தாம் நூற்றாண்டுக் கல்வெட்டுக்கள் சில சமண மதத்துப் பெண்

துறவிகள் அங்கங்கே இருந்ததனைக் காட்டுகின்றன. இவர்கள் சிறிய அளவில் சமண மதக் சகுல்விப் பணி செய்து வந்ததாகத் தெரிகிறது. சைவ மடங்களுக்கும் கிறித்தவ மடங்களுக்கும் தங்கள் பிள்ளைகளை அனுப்பும் பெற்றோர்கள் இன்றளவும் அதனை முழுமையான ஈடுபாட்டோடும் மன மகிழ்ச்சியோடும் செய்வதில்லை என்பது ஒரு கசப்பான உண்மையாகும்.

அஞ்சுவண்ணம்

'அஞ்கவண்ணம்' என்ற சொல் முதன்முதலில் தமிழ்க் கவவெட்டுகக்களில்தான் காணப்படுகிறது. இந்தச் சொல் 'நானாதேசிகள்', 'மணிக்கிராமத்தார்', 'இசை ஆயிரத்து ஐநாற்றுவர்' ஆகிய சொற்களோடு சுலந்துதான் வழங்குகின்றது. எனவே, நானாதேசிகள், மணிக்கிராமத்தார் என்பது போல கி.பி.3ஆம் நூற்றாண்டுவரை தமிழ்நாட்டிலிருந்த 'வணிகக்குழு' (merchant guild) ஒன்றின் பெயர் இது என அறிஞர் முடிவு கட்டினர்.

கல்வெட்டறிஞர் தி.வை. சதாசிவ பண்டாரத்தார் 'பல்சந்த மாலை' என்ற அறியப்படாத நூல் ஒன்றில் இப்பெயர் வருவதைக் கண்டுபிடித்தார். நாகப்பட்டினத்தைப் புகழும் தனிப் பாடல் ஒன்றில் 'அஞ்சுவண்ணமும் தழைத்து அறம் தழைத்த வானவூர்' என வருவதையும் அவர் எடுத்துக்காட்டி, துறைமுக நகரான நாகப்பட்டினத்தில் அஞ்சுவண்ணத்தவர் இருந்த செய்தியை உறுதிப்படுத்தினார். அதன் பின்னர் 'பல்சந்த மாலை' என்ற பெயரில் கிடைத்த சில பாடல்களை விரித்து எழுதியவர் தமிழ் இலக்கிய வரலாற்றறிஞரான மு. அருணாசலம்.

யவனராசன கலுபதி தாமுதல் எண்ண வந்தோர்
அயலமிகு தானையர் அஞ்சு வண்ணத்தவர்

என்பது பல்சந்த மாலைப் பாடல் பகுதி. இசுலாமியரின் சமய,

அரசியல், ஆட்சித் தலைவராக விளங்கிய கலிபாக்களைக் (caliph) குறிக்கும் சொல்லே 'யவன ராசன் கலுபதி' எனக் கண்டறிந்தனர்.

'ஈசுப்பு ராப்பனுக்கு மணிக்கிராமமும் அஞ்சுவண்ணப் பேறும் கொடுத்தோம்' என்று பாஸ்கர ரவிவர்மனின் கோட்டயம் செப்பேடு குறிப்பிடுகிறது. இச்செப்பேட்டின் காலம் கி.பி. 8ஆம் நூற்றாண்டாகும். 'அஞ்சு வண்ணப்பேறு' என்பது

அஞ்சுவண்ணத்தார்மீது விதிக்கப்பட்ட ஒருவித வரியினைக் குறிப்பிடுகின்றது போலும். எனவே, அஞ்சு வண்ணத்தார் கி.பி. 8ஆம் நூற்றாண்டு முதல் கி.பி. 13ஆம் நூற்றாண்டுவரை கேரளத்திலும், தமிழ்நாட்டிலும் வணிகம் செய்த இசுலாமிய வணிகக் குழுவினர்' என்று தெரிகிறது. இதன் பின்னர் அஞ்சுவண்ணத்தார் குறித்த ஆய்வுகள் தொடரவில்லை.

முகவை மாவட்டம் திருவாடானைக்கு அருகிலுள்ள தீர்த்தாண்ட தானத்தில் கிடைத்த கல்வெட்டு அவ்வூரில் அஞ்சுவண்ணத்தார் இருந்ததனைக் குறிப்பிடுகிறது.

இன்றும் தென் மாவட்டங்களில் இசுலாமியர் வாழும் ஊர்களில் சில பள்ளிவாசல்கள் 'அஞ்சுவண்ணப் பள்ளி' என்று வழங்குகின்றன. நெல்லை மாவட்டத்துத் தென்காசி, தூத்துக்குடி மாவட்டத்துக் குலசேகரன்பட்டினம், குமரி மாவட்டத்துத் தக்கலை அகிய ஊர்ப் பள்ளிவாசல்களை எடுத்துக்காட்டுக் களாய்க் குறிப்பிடலாம். இப் பள்ளி வாசல்களைச் சேர்ந்தவர் களின் மூதாதையர்கள் பெரும்பாலும் நெசவுத் தொழில் செய்தவர்களாக இருந்துள்ளனர். இன்றும் தமிழ்நாட்டில் பாய் நெசவு செய்வோரில் 90 விழுக்காடு இசுலாமியராகவே இருந்து வருவதும் கண்கூடு.

அஞ்சுவண்ணம் ஓர் இசுலாமிய வணிகக்குழு என்பது கல்வெட்டு, இலக்கிய ஆய்வு முயற்சிகள், கள ஆய்வுச் செய்தி களால் உறுதிப்படுகிறது.

நிர்வாணம்

நிர்வாணம் என்பது வடசொல்லாகும். அதற்கு நிகரான தமிழ்ச் சொல்லாக அம்மணம் என்பது வழங்கப்படுகின்றது. அம்மணம் என்ற சொல் அந்தப் பொருளில் தமிழிலக்கியத்தில் எங்கும் காணப்படவில்லை. 'அம்மணம் பட்டிலா வையெயிற்று ஐயையைக் கண்டாயோ தோழி' என்று சிலப்பதிகாரம் (வரந்தரு காதை) இந்தச் சொல்லை எடுத்தாளக் காண்கிறோம். இந்தச் சொல் குறைவு என்ற பொருளில் மட்டுமே அந்தக் காலத்தில் வழங்கியுள்ளது. 'ஆடையின்றி' என்ற பொருளில் மக்கள் வழக்கில் மட்டுந்தான் காணப்படுகிறது; இலக்கியங்களில் காணப்படவில்லை.

குறைந்தது கி.மு. முதலாம் நூற்றாண்டில் தமிழ்நாட்டில்

சமண மதம் நுழைந்து செல்வாக்குப் பெற்றுவிட்டதென்று சங்க இலக்கியம் காட்டுகின்றது. ஆனாலும் தமிழிலக்கியப் பரப்பில் சைவ, வைணவ இலக்கியங்களிலேயே ஜைனர்களைக் குறிக்கச் சமணர், அமணர் ஆகிய சொற்கள் வழங்கப்பட்டிருக்கின்றன. சமண மதம் துறவினைப் பெருமைப்படுத்திய மதமாகும். சமணத் துறவிகளில் திகம்பரர் (இசைகளையே ஆடையாக உடுத்தியவர்; பிறந்தமேனியராய் இருப்பவர்), சுவேதாம்பரர் (வெள்ளையாடை உடுத்தியவர்) என இரண்டு பிரிவினர் இருந்தனர். மலைக் குகைளைப் பாழிகளாக மாற்றித் தவம்செய்து வந்தவர்கள் திகம்பரத் துறவிகளே. வெள்ளையாடை உடுத்திய துறவிகள். பள்ளிகளை மடங்களை) அமைத்து வாழ்ந்தனர். அம்மணம் என வழங்கும் சொல் ஆடையில்லா அமணர்களைக் குறிக்கப் புதிதாகத் தோன்றுகிறது.

நிர்வாணம் என்ற செயலையும் கோட்பா ட்டையும் தமிழ்ச் சமூகம் தனது வரலாற்றில் தொடர்ந்து ஏற்றுக்கொள்ள மறுத்தே வந்திருக்கிது. சைவக்குடியில் பிறந்த திருநாவுக்கரசர் சமண மதம் புகுந்தார். மீண்டும் சைவத்திற்குத் திரும்பினார். சமண மதத்தில் தாம் திகம்பரத் துறவியாக வாழ்ந்த கதையை நினைத்து, அவர் வருந்திப் பாடுவதைத் தேவாரப் பாடல்களில் காண்கிறோம்

ஆடையில்லாச் சமண துறவிகள் பசித்தபோது மட்டும் பிச்சையேற்று உண்ண வேண்டும். சுலத்திலே பிச்சை ஏற்கக் கூடாது. கையிலேதான் பிச்சை உணவை ஏற்கவேண்டும். நின்று கொண்டுதான் உண்ண வேண்டும். அமர்ந்து உண்ணக்கூடாது. உண்ணும் போது யாரோடும் பேசக் கூடாது. இவை திகம்பரத் துறவிகளுக்குச் சமண மதம் விதித்திருந்த கட்டுப்பாடுகள்.

என்னதான் துறவிகளாக இருந்தாலும் ஆடையில்லாச் சமணத் துறவிகள் பிச்சைக்கு வரும்போது பெண்கள் கேலியாகச் சிரித்திருக்கிறார்கள். சிலர் வெட்கத்தினாலே ஓடிப்போய் வீட்டுக்கதவைச் சாத்திக் கொண்டிருக்கிறார்கள். மீண்டும் சைவரானபோது திருநாவுக்கரசர் இந்தக் காட்சிகளை நினைத்து, "குவிமுலையார் நகை நாணாது உழிதர்வேனை" என்றும், "காவிசேர் கண்மடவார் கண்டோடிக் கதவடைக்கும் கள்வனானேன்" என்றும் வருந்திப் பாடுகிறார். இப்படி வருந்தியவர் சமண மடத்தை விட்டு வெளியேறும் போது, "வெண்புடைவை மெய் சூழ்ந்து" வந்ததாகப் பெரிய புராணத்தில் சேக்கிழார் குறிப்பிடுகிறார். அந்த அளவுக்குச் சமணர்களின் திகம்பரக் கோலம் அவர் மனத்தை உறுத்தியிருக்கிறது.

பெண்களால் ஏற்கப்படாத நெறிகளை உடைய மதம் எவ்வாறு வாழமுடியும்? தமிழ்நாட்டில் சமண மதம் வீழ்ச்சியடைந்தற்குச் சமணர்களின் நிர்வாணக் கோட்பாடும் ஒரு காரணமாகும்.

சைவத்திற்குத் திரும்பிவந்த திருநாவுக்கரசருக்கு, சிவபெருமான் நிர்வாணமாகப் பிச்சை எடுக்க வந்த பிட்சாடனர் திருக்கோலத்தையும் ஏற்க முடியவில்லை. 'துன்னத்தின் கோவணம் ஒன்றுடுப்பார் போலும்' என்று சிவபெருமானைக் கோவணம் கட்டியவராகக் காண முயல்கிறார். 'கையிலே கபாலமேந்திப் பிச்சை எடுக்கும் பெருமானே! உமையவளை நீர் திருமணம் செய்த நாளிலும் இடுப்பிலே கோவணம் மட்டும்தான் உடுத்தியிருந்தீரோ!'

நெடும்பொறை மலையர் பாவை நேரிழை நெறிமென் கூந்தல்
கொடுங்குழை புகுந்த அன்றும் கோவணம் அரையதேயோ

என்று நகைச்சுவை உணர்வோடு வினவுகிறார்.

ஆனால் சைவ மரபுக் கதைகளிலும் சிற்பங்களிலும் திருநாவுக்கரசர் காலத்திற்கு முன்னும் பின்னும் சிவபெருமான் கோவணம் கட்டியவராக எங்குமே காட்டப்படவில்லை என்பது குறிப்பிடத்தகுந்தது.

இதுவேயன்றித் திகம்பர சமணத் துறவிகளின் உடற்சுத்தம் பேணாத தன்மையும், கஉள்ளத்தளவில் அவர்களைத் தமிழ் மக்களிடருந்து அந்நியப்படுத்தியது. சில மரப்பட்டைப் பொடிகளை வாயில் இட்டுக் கொள்வதைத் தவிர அவர்கள் பல் விளக்குவதில்லை; எனவே 'ஊத்தை வாயர்' என்று தேவாரம் அவர்களைக் குறிப்பிடுகிறது. அவர்கள் கண்களில் பீழைகட்டி, கொசு (கொதுகு) மொய்த்துக் கொண்டிருந்ததாகவும் தேவாரத்தில் குறிப்புக்கள் கிடைக்கின்றன. திகம்பர சமணத் துறவியர் உடம்பிலுள்ள அத்தனை மயிர்க்கால்களையும் (புருவத்திலும், இமையிலும் உள்ள மயிரையும்கூட) கையினால் பறித்தெடுக்கும் 'லோச்சனம்' என்னும் நோன்பினையும் நோற்றிருக்கிறார்கள். 'கண்ணழலத் தலைபறித்து' எனத் தேவாரம் இதனைக் குறிப்பிடுகிறது. இத்தகைய கடுமையான துறவு நெறியும்கூடச் சமணம் வீழ்ச்சியடைந்ததற்கான காரணமாகும்.

சித்தர்கள்

சித்தர்கள் என்போர் தமிழ் மக்களிடையே செல்வாக்குப் பெற்று விளங்கிய ஒரு கூட்டத்தாராவர். 'சித்து வேலை அறிந்தவர்கள்' என்பது இந்தச் சொல்லுக்குப் பொருள். நீரிலும் நெருப்பிலும் காற்றிலும் நடப்பது, குளித்தல், உணவு உடைத் தேவைகளைப் பொருட்படுத்தாமல் வாழ்வது, ஒரு பெருளை இன்னொரு பொருளாக மாற்றுவது, துறவிகளாகவும், எதற்கும் கட்டுப்படாதவர்களாகவும் வாழ்வது, தேவைக்கேற்ப உடலை உருமாற்றிக் கொள்வது முதலியன சித்தர்கள் செய்துகாட்டும் சித்து வேலைகளாகும்.

கிராமப்புறங்களில் இன்றுவரை ஆங்காங்கு வாழ்ந்த சித்தர் களைப் பற்றி நூற்றுக்கணக்கான கதைகள் வழங்கி வருகின்றன. பெரும்பாலான இடங்களில் சத்தர்கள் அடக்கம்செய்யப்பட்ட இடம் கோயில் ஆக்கப்பட்டிருக்கிறது.

நாட்டுப்புற மக்களிடையே சித்தர்கள் மரியாதைக்குரியவர் களாக விளங்கியதற்குக் காரணம் அவர்களின் பற்றற்ற வாழ்க் கையும், அவர்களின் மருத்துவ அறிவும் அகும். மண்ணையும் மருந்தாக மாற்றும் வல்லமை சித்தர்களுக்கு உண்டு என்பது மக்களின் நம்பிக்கை.

செல்வத்திற்கும் அதிகாரத்திற்கும் கட்டுப்படாத அவர்களது வாழ்க்கை எளிய மக்களின் உள்ளத்தில் உறங்கிக் இடக்கும் விடுதலை உணர்வுக்கு வடிகாலாக விளங்கியது.

சித்தர் பாடல்கள் என்று வழங்கும் பாடல்களின் எண்ணிக்கை பல்லாயிரம் இருக்கும். கடந்த நூற்றாண்டில் அச்சு எந்திரங்களின் வருகையோடு செவி வழியாக வழங்கிய பாடல்களையெல்லாம் அச்சிலேற்றிப் பதினெண் சித்தர்கள் என்று பெயர் கொடுத்தனர். அது முதலாகச் 'சித்தர் என்போர் பதினெட்டுப் பேர்' என்ற தவறான கணக்கு மக்கள் மனத்தில் பதிந்து போனது. உண்மையில் நூற்றுக்கு மேற்பட்ட சித்தர்கள் வாழ்ந்திருக்கிறார்கள். சித்தர்களின் பாடல்களைப் படிக்கும் போது அவர்களில் நான்கைந்து பிரிவினர் இருந்திருக்கிறார்கள் என்பது தெரியவருகிறது.

சித்தர்களின் பாடல்களில் சில மருத்துவப் பாடல்கள். இந்தப் பாடல்களின் பல சொற்கள் குறியீடாக (பரிபாஷையாக) அமைந்திருக்கின்றன. சில பாடல்கள் மருந்துப் பொருள்களின்

பெயரைச் சொல்கின்றன. வேறு சில மருந்து செய்முறைகளைப் பேசுகின்றன. 'முப்பூ', 'குரு' என இப்பாடல்களில் வரும் சொற்களுக்குச் சிலர் மனம் போனபடியெல்லாம் பொருள் விளக்கம் தந்துகொண்டிருக்கிறார்கள். இந்த வகைச் சித்தர்களில் சிலர் இரும்பைப் பொன்னாக்கும் (ரசவாதம்) வேலைகளில் மறைவாக ஈடுபட்டிருந்திருக்கின்றனர். இந்த வகையான முயற்சி கடந்த நூற்றாண்டுகளில் உலகெங்கிலும் நடந்திருக்கிறது. இன்னொரு வகைச் சித்தர்கள், உலகம் நிலையில்லாதது' என்னும் கொள்கையோடு ஆன்மீகத் தேட்டத்தில் இறங்கி யிருக்கிறார்கள்.

இசுலாமியப் படையெடுப்பின்போது கஞ்சா புகைக்கும் வழக்கமும், அபினி உண்ணும் வழக்கமும் அறிமுகமாயின. இவற்றில் 'லயித்துக்கிடந்த' சிலரையும் மக்கள் சித்தர் என்ற கணக்கில் அடக்கியிருக்கிறார்கள்.

சித்தர்களின் மற்றொரு வகையினர் சிலை வழிபாடு, பூசனை, பார்ப்பனர், புனிதமாகக் கருதப்பட்ட வேதம், கோயில், குளம், சாதிய ஒடுக்குமுறை என எல்லா வகை நிறுவனங்களையும் எதிர்த்துக் கலகக்குரல் எழுப்பி இருக்கின்றனர். பொதுவாகச் சித்தர் பாடல்களில் இந்தக் கலகக்குரலே ஓங்கி ஒலிக்கிறது.

கி.பி. 13ஆம் நூற்றாண்டில் சோழப் பேரரசின் வீழ்ச்சிக் காலத்தில்தான் இந்தக் கலக மரபு தொடங்கியது. அரசும், கோயிலும், நிலமும் பார்ப்பனர்வசம் இருந்தன. பார்ப்பனர்க்கும் வேளாளர்க்குமான முரண்பாடுகள் முற்றிப்போய் வேளாளர்கள் தங்களுக்கெனச் சைவ மடங்களைத் தொடங்கினர். நிலத்தை அடிப்படையாகக் கொண்ட மனித உறவுகள் சீரழியத் தொடங்கின. அதனால்தான் கலக மரபுக்காரர்கள் பார்ப்பனர் களையும் வேதத்தையும் மட்டுமல்லாது கோயில்களையும் எதிர்த்து நின்றனர்.

சாத்திரங்கள் ஓதுகின்ற சட்டநாத பட்டரே
வோப்பு இரைப்பு வந்தபோது வேதம் வந்து உதவுமா ?
குலம் குலம் எனபதெல்லாம் குடுமியும் நூலும்தானா 7
கோயிலாவ தேதடா குளங்களாவ தேதடா

முதலிய பாடல்களை மேற்குறித்த பின்னணியில்தான் நாம் விளங்கிக்கொள்ள வேண்டும்.

சித்தர் பாடல்களுக்குப் பொதுவாகக் காலவரையறை இல்லை. இவை அனைத்தும் தி.பி. 13ஆம் நூற்றாண்டுக்குப் பிற்பட்டவை என்பது மட்டும் உறுதி. பாம்பாட்டிச் சித்தர், குதம்பைச் சித்தர், சிவவாக்கியர் ஆகியோர் பாடல்களே எழுத்தறிவு பெறாத எளிய மக்களின் நடுவில் செல்வாக்குப் பெற்றுள்ளன. பதினெண் ஏித்தர் பாடல்களில் சேர்க்கப் பெறாத பாய்ச்சலூர்ப் பதிகம் எனும் பத்துப் பாடல்களை எடுத்துக்காட்டும் மு. அருணாசலம் அதன் காலத்தைக் கி.பி. 14ஆம் நூற்றாண்டு என வரையறை செய்கிறார்.

இசுலாமியச் சமயத்திலும் ஒரு சித்தர் மரபு உண்டு. இந்தச் சித்தர்களை ‘சூஃபிகள்’ என்று குறிப்பிடுவர். இந்த சூஃபி மரபு கி.பி. 16ஆம் நூற்றாண்டில் பாக்தாதில் பிறந்ததாகும். தமிழ்நாட்டிலும் இவ்வகையான ஸூஃபிகள் வாழ்ந்து பாடல்கள் இயற்றியுள்ளனர்.

நெல்லை மாவட்டத்தில் காலங்குடியிருப்பு மச்சரேகைச் சித்தர், குமரி மாவட்டத்தில் தக்கலை பீர் முகம்மது வாப்பா, முகவை மாவட்டத்தில் இளையான்குடி கச்சிப்பிள்ளையம்மாள், கடந்த நூற்றாண்டில் சென்னையில் வாழ்ந்த குணங்குடி மஸ்தான் சாகிபு ஆகியோர் இசுலாமிய சூஃபி மரபைச் சார்ந்தவராவர். பதினெண் சித்தர்களில் ஒருவரான கம்பளிச் சட்டை முனிவரை சூஃபி என்று சிலர் குறிப்பிடுவர். சூஃப்★ என்ற அரபுச் சொல்லுக்குக் கம்பளிச் சட்டை என்றே பொருளாம்.

தமிழ்நாட்டு வைணவத்தில் சாதிய இறுக்கத்தை இராமானுசர் தளர்த்தி வைத்திருந்ததனால் வைணவத்தில் சித்தர் மரபு தோன்றவில்லை என்று எண்ண இடமுண்டு.

சித்தர்கள் மக்களிடத்து செல்வாக்குப் பெற்றதற்குக் காரணங்கள் சில உண்டு. சித்தர்களின் குரல் பெரும்பாலும் சாதியாலும், சமயத்தாலும் ஒடுக்கப்பட்ட மக்களின் குரலாக இருந்தது. சித்தர்கள் அதிகாரங்களுக்குக் கட்டுப்படாதவர்களாக இருந்தார்கள். அவர்களின் பாடல்கள் எழுத்தறிவில்லாத மக்கள் மனப்பாடம் செய்யுமளவுக்கு அவர்களது மொழியில் அமைந்திருந்தன.

வடநாட்டில் இடைக்காலத்தில் ‘நாதசித்தர்’ என்ற ஒரு மரபு தோன்றியது. இந்த மரபு தமிழ்நாட்டுச் சைவ மரபுகளுக்கு

உள்ளாக ஊடுருவியது. சைவ மடாதிபதிகள் 'ஸ்ரீலஸ்ரீ' என்ற பட்டம் இட்டுக்கொள்வது, 'ஸ்ரீலட்சாயதஸ்ரீ' என்பதன் சுருக்கமாகும். 'லட்சாதய' என்பது வடநாட்டின் நாதசித்தர் மரபின் தலைமையிடமாகும். இதன் விளைவாகவே குருமார்களை அடக்கம் செய்த இடத்தில் கோயில் சுட்டிக் 'குருபூசை' செய்யும் மரபும் தமிழ்ச் சைவத்தில் இடம்பெற்றது.

6

பேச்சு வழக்கும் இலக்கண வழக்கும்

தமிழ் இலக்கியம் போலத் தமிழ் இலக்கணமும் பழமையானது. செவ்விலக்கியங்களை உடையதேனும் தமிழ் மொழியின் இலக்கண அமைப்பு பெரும்பாலும் இன்றைய பேச்சு மொழியோடு ஒத்திசைவதாகவே அமைந்துள்ளது. வழக்கு, செய்யுள் என்ற இரண்டையும் கணக்கில் கொண்டே தமிழில் எழுத்திலக்கணமும், சொல் இலக்கணமும், பொருள் இலக்கணமும் செய்யப்பட்டன என்று தொல் காப்பியத்துடன் பாயிரம் கூறுகின்றது.

இன்றைய பேச்சுத் தமிழில் அமைந்துள்ள சில இலக்கணக் கூறுகள் தொல்காப்பியர் காலந்தொட்டே நிலவி வந்திருக் கின்றன. எனவே, தொல்காப்பியம் இன்றைய பேச்சுத் தமிழுக்கும் இளைபுடையதாக இருக்கின்றது. தமிழ் மொழி சமூகத்தோடு கொண்டுள்ள உயிர்ப்பாற்றல் மிக்க உறவினை எடுத்துக்காட்டும் சான்றுகளாக அவற்றைக் கருதலாம்.

பேச்சு மொழியில் பிற மொழியாளர்களின் பட்டறிவும், கண்டுபிடிப்புகளும், கருவிகளும், சொற்களும், உறவும், ஆதிக்கமும் எதிரொலிப்பது இயல்பு. அவ்வாறு கலந்த பிற மொழிச் சொற்களைப் பயன்படுத்தும்கூட தமிழின் இலக்கண அடிப்படை சிதையாமல் நிற்கின்றது. இவ்வுண்மையைச் சில சான்றுகளால் விளக்கலாம்.

1) நிலைமொழி இறுதியிலுள்ள உயிர் ஓலி வருமொழி முதலில் உள்ள உயிர் ஒலியோடு சேருமானால் உடம்படுமெய் புதிதாகத் தோன்றும். (எ–டு) கோ + இல் = கோயில் அல்லது கோவில். ஆங்கிலச் சொற்களான co, operation என்ற இரண்டு சொற்களையும் இணைத்து cooperation, cooperative கோவாப்பரேசன், கோவாப்பரேட்டிவ் என்றே

வகர உடம்படு மெய்யுடன் பேசியும் எழுதியும் வருகின்றனர்.

2) நெடில் தொடர்க் குற்றியலுகரம் (காடு, வீடு) உருபேற்கும் போது காட்டை, வீட்டில் என்று இரட்டித்து வருவது தமிழ் இலக்கணம் கூறும் வழக்கு. ஆங்கிலச் சொல்லான ரோட் என்பதை ரோடு எனப் பேச்சுத் தமிழில் நெடில் தொடர்க் குற்றியலுகாமாக வழங்குகின்றனர். இந்த ஆங்கிலச் சொல்லும் தமிழ் விதிப்படியே ரோட்டை, ரோட்டுக்கு, ரோட்டில் என்றே உருபேற்று வருகிறது.

3) மகர ஈற்றுச் சொற்கள் அத்துச் சாரியை பெறும் என்பது தமிழ் இலக்கண விஜயும் பேச்சு மொழிப் பண்பும் ஆகும். இதன்படியே 'மீடியம்', 'ஸ்டேடியம்' என வரும் (கிரேக்க) ஆங்கிலச் சொற்களும் மீடியத்தில், ஸ்டேடியத்தில் என அத்துச்சாரியை பெற்றே பேச்சுத் தமிழில் வழங்கி வருகின்றன. இவைபோன்றே இன்னும் சில சான்றுகளையும் காட்டலாம்.

அடி என்ற சொல் தமிழில் இடப்பொருண்மையைக் குறிப்பதாகும். குழாயடி, கிணற்றடி, வேம்படி என்ற சொற்களைப் போல ஆங்கிலச் சொல்லான இரயில், போர்த்துக்கீசியச் சொல்லான குரூஸ் (சிலுவை) ஆகிய சொற்களோடு அடி என்ற சொல்லைக் கூட்டி இரயிலடி, குருசடி எனத் தமிழ் மக்கள் பேசி வருகின்றனர். இதுமட்டுமன்றி அயல் மொழிச் சொற்களைத் தமிழ் மைப்படுத்தி வழங்குவதிலும் தமிழிலக்கண அடிப்படை மக்களின் பேச்சு வழக்கினால் பேணப்பட்டுள்ளது. Dresser (மருந்திட்டுக் கட்டுபவர்) என்னும் ஆங்கிலச் சொல்லைக் குமரி மாவட்ட மக்கள் 'தெரசர்' என்றே குறிக்கின்றனர். இந்தத் தமிழ்மைச் சொல் கவிமணியின் 'மருமக்கள்வழி மான்மியம்' நூலிலும், புதுமைப்பித்தனின் 'நாசகாரக் கும்பல்' சிறுகதையிலும் இடம் பெற்றுவிட்டது.

அயல்மொழியினர்வழி ஏற்படும் உறவுகளைத் தமிழ் மக்கள் விருப்பத்துடன் ஏற்றுள்ளனர். இருப்பினும் உள்ளூரில் உள்ள ஒரு பொருள் அல்லது அமைப்பு பிற மொழியினர் வழி வருவதாக இருந்தால் அதன் உள்ளூர்த் தன்மையைக் குறிக்க 'நாடு' என்ற சொல்லையும் வெளியூர்த் தன்மையைக் குறிக்கச் 'சீமை' என்ற சொல்லையும் பயன்படுத்தி உள்ளனர். நாட்டுச் சருக்கரை, நாட்டுத் தென்னை, நாட்டுக் கருவேல், நாட்டையர் (உள்நாட்டுக் குருமார்), சீமைச் சருக்கரை, மைத் தண்ணீர்,

சீமைக் கருவேல், சீமை மருத்துவம் ஆகிய காட்டுக்களைப் பேச்சுத் தமிழில் காணலாம்.

பேச்சு வழக்கினைத் தன் அடிப்படையாக ஆக்கிக்கொண்ட காரணத்தால்தான் தமிழிலக்கணம் இன்றுவரை கட்டுடை படாமல் தன்னைக் காத்துக் கொண்டிருக்கிறது; உயிர்ப்பாற்றல் மிக்கதாக விளங்குகிறது.

வாய்மையும் கடவுளும்

பன்னூறாண்டுகளாக நமது சமுதாயத்தில் கடுமையான குற்றங்களாக மக்களால் கருதப்பட்டு விலக்கப்படுவன பொய், களவு, கொலை, காமம், கள் ஆகிய ஓந்துமே. இவை குற்றங் களாக மட்டுமல்லாமல் 'பாவங்களாகவும்' கருதப்பட்டுள்ளன. வடமொழியாளர் இவற்றை 'மாபாதகம்' என்றே குறிக்கின்றனர். இந்த ஐவகைத் தவறுகளையும் தொகுத்துச் சொல்லும் வழக்கம் வேதங்களிலும் உபநிடதங்களிலும் இல்லை. இந்த ஐந்து வகையான செயல்களும் கடியப்பட்டு, இவற்றுக்கு எதிரானவை தொகுப்பு அறமாகக் கொள்ளப்பட்டமை சமண மதத்தின் செல்வாக்கனால் ஆகும். நல்ல அறிவைவிட நல்ல ஒழுக்கமே சமணர்களால் பெரிதும் போற்றப்பட்டது என்பதே இதற்குக் காரணமாகும்.

இந்த ஐந்து ஒழுக்கங்களில் கள் விலக்குவதைத் தவிர்த்த ஏனைய நான்கும் இன்றளவும் அடித்தளத்து மக்களால் விலக்கிப் போற்றப்படுகின்றன. இந்த அறங்களே 'சமூக மதிப்பீடுகள்' என்பதாகக் காலப்போக்கில் வளர்ந்து நிற்கின்றன.

வாய்மை அல்லது மெய்ம்மை என்பது தமிழ்ச் சமூக மதிப்பீடுகளில் ஒன்றாகும். சமூக வாழ்வில் இந்த மதிப்பீடு பிற மதிப்பீடுகளை விடப் பேரழுத்தம் பெற்று விளங்குகிறது. நடை முறையில் வாய்மை என்பது உண்மையைப் பேசுதல், சொன்ன சொல்லை என்ன விலை கொடுத்தேனும் காப்பாற்றுதல் என இரண்டு வகையாக அமைகிறது.

தமிழரால் பெரிதும் மதிக்கப்பெறும் திருக்குறள், 'உண்மை பேசுதல்' என்பதைப் பலபட விரித்தும் சிறப்பித்தும் பேசுகிறது. நல்லன சொல்லுவது, நன்மை விளையுமாறு சொல்லுவது என்று உடன்பாட்டால் இந்த அறத்தை விளக்குகிறார் திருவள்ளுவர் இதனையே பயனில்லாதவற்றைச் சொல்லா

திருப்பது, தீமை தருவனவற்றைச் சொல்லாதிருப்பது, பொய் சொல்லாதிருப்பது என்று எதிர்மறையாலும் விளக்கிக் காட்டுகிறார். இந்த உத்தியினை மேலோர் இலக்கிய மரபு எனச் சொல்லலாம்.

ஆனால் நாட்டார் மரபுகளில் 'சொன்ன சொல்லைக் காப்பாற்றுதல்' என்பது, எவ்வளவு பெரிய இழப்பு நேர்ந்தாலும் பிறருக்கு அளித்த வாக்குறுதியை நிறைவேற்றுதல் ஆகும். இவ்வாறு தெய்வங்களுக்கு அளிக்கப்படும் வாக்குறுதிகள் 'நேர்த்திக் கடன்' எனப்படும். தெய்வத்தை நினைத்துக்கொண்டு அவையே மனிதனுக்கு அளிக்கப்பட்டால், 'சத்தியம் செய்தல்' எனப்படும். 'வாக்குறுதி தப்பிய ஒருவன் வாழும் இடத்தில் மழை பெய்யாமல் இயற்கை தண்டிக்கும் என்பது பழங்குடி மக்களின் நம்பிக்கை. வேட்டுவர்கள் தங்கள் "குல தெய்வமான தொல்குடிக் குமரித் தெய்வமான சாலினிக்கு நேர்த்திக் கடன் பிழைத்தனர்" – எனவே அந்த மறக்குடி வறுமைப்பட்டது என்கிறது சிலப்பதிகாரம்.

'பழங்கடன் உற்ற முழங்குவாய்ச் சாலினி' (வேட்டுவ வரி) என்று நேர்த்திக் கடனைப் 'பழங்கடன்' என்று குறிக்கிறார் இளங்கோவடிகள். இன்றளவும் மதுரைப் பகுதியில் பாடப்படும் அழகர் வருணிப்புப் பாடல்களில் நேர்ந்த கடனை (கொடுத்த வாக்குறுதியை) நிறைவேற்றாத மனிதர்களைத் தெய்வம் அதிகாரம்செய்து மீளக் கேட்கும் செய்தி இடம்பெற்றுள்ளது.

"இத்தனையும் செய்யாது பயலே எனனைமிக மறந்தாய்
பத்தினி பசுப்போல் பயலே வைத்ததும் நானேதான்"

"பெற்றபிள்ளை செயததொரு அடே குற்றமெலாம்
நான்பொறுப்பேன்
அச்சப்படாமலிரு உனக்கு ஆண்குழந்தை நான் தாரேன்"

இதுபோலவே 'உன் வீட்டில் பெண் எடுப்பேன்', 'உன் கடனைத் திருப்பித் தருவேன்' என்று கொடுத்த வாக்குறுதிகளை மறுத்துரைக்கும்போதும், பிறன் பொருளைத் திருடிவிட்டு இல்லையென்று மறுத்துரைக்கும் போதும் தெய்வங்களின் முன் சத்தியம் செய்யுமாறு பாதிக்கப்பட்டவர்களால் இழுத்து வரப்படுகின்றனர். எழுத்தறிவு பெறாத மக்கள் இன்றளவும் எழுத்தைவிட வாக்குறுதிகளையே நம்புகின்றனர். எனவே தெய்வத்தின் முன்னால் ஒருவன் சத்தியம் செய்வது தவிர்க்க முடியாததாகி விடுகிறது. கிராமப்புறங்களில் வாழும் மக்கள்

தங்கள் நிலப்பகுதிகளில் சத்தியப் பிரமாணம் செய்வதற்காகவே சினம் மிகுந்த சிறு தெய்வங்கள் சிலவற்றைப் படைத்து வைத்துள்ளனர். மதுரைக்கருகில் அழகர்கோயிலில் பதினெட்டாம் படிக் கருப்பசாமி சந்நிதி, மதுரை மாவட்டம் கருமாத்தூர் மூணு சாமி கோயில், தூத்துக்குடி மாவட்டத்தின் ஆத்தூர் அருகே ஆறுமுகமங்கலம் சுடலைமாடன் கோயில், நெல்லை மாவட்டம் சேரன் மாதேவிக்கு அருகில் பத்மநேரி, சிவகங்கைக்கு அருகே கொல்லங்குடி காளியம்மன் கோயில் ஆகியவை இவ்வாறு இன்றளவும் சத்தியப்பிரமாணம் நடைபெறும் கோயில்களில் சில.

கி.பி. 1279இல் வீரபாண்டியனின் இரண்டாம் ஆட்சி ஆண்டில் குடுமியான் மலைக் கோயில் நகைகளைச் சிவப் பிராமணர் சிலரும் கல்தச்சர் சிலரும் சேர்ந்து திருடிக் கொண்டனர். குற்றவாளிகளைக் கண்டுபிடித்துத் தண்டிக்க ஊர்ச்சபை கூடியது. குற்றம் புரிந்தவர்களில் சிலர் குற்றத்தை ஒப்புக்கொண்டனர். சிலர் மறுத்தனர். மறுப்பவர்கள் 'கொழு உருவிப் பிரத்தியம்' செய்ய வேண்டும் என்று தீர்ப்பளிக்கப் பட்டது. அதன்படி பழுக்கக் காய்ச்சிய இரும்பைக் கையில் பிடித்து உருவச் சொல்லப்பட்டது. அவ்வாறு கொழு உருவியவர்களின் கை புண்ணானது. அதனால் அவர்கள் குற்றவாளிகளே எனத் தீர்மானிக்கப்பட்டது (புதுக்கோட்டை மாவட்டக் கல்வெட்டுகள் எண் 601).

இதேபோல் புதுக்கோட்டைப் பகுதியில் மேலத்தணியம் என்னும் ஊரில் பள்ளர் இனத்தினர் கி.பி. 17ஆம் நூற்றாண்டில் வாழை, கரும்பு வேளாண்மை செய்ய உரிமை பெற்றிருந்தனர். அதை மறுத்துப் பறையர் தங்களுக்கே அவ்வுரிமை என்றனர். இதை மெய்ப்பிக்க நன்கு காய்ச்சிய நெய்யில் கையினை முக்கிச் சூடுபடாமல் இருக்க வேண்டும் என முடிவு செய்தனர். பள்ளருக்குக் கை சுடவில்லை. பறையருக்குச் சுட்டது. எனவே பள்ளருக்கே அவ் வேளாண்மை உரிமை என முடிவு செய்யப் பட்டது (புதுக்கோட்டை மாவட்டக் கல்வெட்டுகள் எண் 929).

இக்காலத்தில் ஒவ்வொரு இடத்திலும் சத்தியம் செய்யும் முறை சற்றே வேறுபடுகிறது. அழகர்கோயில் பதினெட்டாம் படிக் கருப்பசாமி கோயிலில் சத்தியம் செய்வோர் சந்நிதியாகக் கருதப்படும் பதினெட்டுப் படிகளிலும் மேலிருந்து கீழே இறங்க வேண்டும். இதற்கெனக் கோயிலுக்கு 15 ரூபாய் கட்டணம் செலுத்த வேண்டும். கருமாத்தூர் மூணுசாமி கோயிலில் ஒரு

காலத்தில் கொதிக்கும் எண்ணெயில் கை விட்டுச் சத்தியம் செய்யும் வழக்கம் இருந்திருக்கிறது. கொல்லங்குடி காளியம்மன் கோயிலில் சத்தியம் செய்வோர் ஒரு செப்பு நாணயத்தை இரண்டாக வெட்டிப் போட வேண்டும். ஆறுமுகமங்கலம் சுடலைகோயிலில் ஒன்றேகால் ரூபாய் கோயிலுக்குக் காணிக்கை செலுத்திவிட்டு வெற்றிலைச் சுருளின்மீது கையடித்துச் சத்தியம் செய்தால் போதும். செய்யும் முறை வேறுபட்டாலும், சொன்ன சொல் தவறாமை என்பது சமூகத்தால் பெரிதும் போற்றப்பட ஒரு மதிப்பீடு.

தத்துவப் போர்

இப்பொழுது நினைத்தால் வேடிக்கையாக இருக்கிறது. நூறு ஆண்டுகளுக்கு முன்னால் நமது அறிவுலக முன்னோடிகள் எப்படியெல்லாம் அஞ்சியிருக்கிறார்கள்.

பத்தொன்பதாம் நூற்றாண்டின் கடைசிப் பகுதியில் (1880க்குப் பிறகு) தமிழ்ச் சைவ சமய அறிஞர்கள் ஒரு நெருக்கடியை உணர்ந்திருக்கிறார்கள். ஒரு புறத்தில் அமெரிக்காவிலிருந்து வந்த கர்னல் ஆல்காட், பிளவட்ஸ்கி அம்மையார் ஆகியோர் தமிழ் நாட்டில் சுற்றுப்பயணம் செய்து சென்னை, திருநெல்வேலி, தூத்துக்குடி, யாழ்ப்பாணம் ஆகிய இடங்களில் தியாசபிகல் சொசைட்டி என்னும் பிரம்மஞான சபையைத் தொடங்கினார்கள். “ஆர்யா வர்த்தத்தின் பூர்வீக தர்மமான ஹிந்து தர்மத்தைப் புனருத்தாரணம்” செய்வது அவர்களுடைய நோக்கம். மற்றொரு புறத்தில், நெல்லை மாவட்டத்தில் ஒரு லட்சம் பேரை மிக எளிதாகக் கிறித்தவ மதத்திற்கு மாற்றிவிட்டார் பேராயர் கால்டுவெல்.

வைதிக நெறி தந்த நெருக்கடியும் கிறித்தவம் தந்த நெருக்கடியும் சைவ அறிஞர்களைத் தத்துவப் போர்க்களத்தில் இறக்கிவிட்டன. அக்காலத்தில் அறிஞர்களைப் பொறுத்தமட்டில் ஈழமும் தமிழ் நாடும் ஒன்றாகவே இருந்தன.

அஞ்சாத சைவர்களான மனோன்மணீயம் சுந்தரம் பிள்ளை, சி.வை. தாமோதரம் பிள்ளை, கனகசபைப் பிள்ளை போன்றோர் தமிழர்களின் இழந்த பெருமையை மீட்டெடுக்கத் தொடங்கினர். ஜே.எம். நல்லசாமிப் பிள்ளை வைதிக நெறிக்கு மாறாகச் சைவத்தின் மேன்மையை விளக்க, ‘சித்தாந்த தீபிகை’ என்னும் ஆங்கிலப் பத்திரிகையைத் தொடங்கினார்.

ஆறுமுக நாவலர், அவர் மாணவர் காசிவாசி செந்தில்நாதையர், யாழ்ப்பாணம் சபாபதி நாவலர் போன்றோர் கிறித்தவர்களோடு தத்துவச் சண்டையில் இறங்கினர். இவர்கள் மூவருமே ஈழத்திலும் தமிழ்நாட்டிலும் மாறி மாறி வகித்தவர்கள்.

இவர்களை யாழ்ப்பாணத்தில் கத்தோலிக்கமும், தமிழ் நாட்டில் புரொட்டஸ்டண்ட் கிறித்தவமும் எதிர்கொண்டன. துண்டறிக்கைகளாகவும், பத்திரிகைக் கட்டுரைகளாகவும் இந்தத் தத்துவச் சண்டை தொடங்கி நடைபெற்றது.

யாழ்ப்பாணத்திலிருந்து வெளிவந்த கத்தோலிக்கக் கிறித்தவாகளின் 'சத்தியவேத பாதுகாவலன்' என்ற இதமழும், 'ஞானசித்தி', 'இந்து சாதனம்' ஆகிய இரு சைவ இதழ்களும் அங்கே மோதிக்கொண்டன. தமிழ்நாட்டில் 'இரட்சணிய சேனை' என்னும் புரொட்டஸ்டண்ட் பிரிவினர் நடத்திய 'போர்ச்சத்தம்' என்னும் பத்திரிகையும், சிதம்பரத்திலிருந்து வெளிவந்த 'பிரம்ம வித்யா' என்னும் பத்திரிகையும், சென்னையிலிருந்து வெளிவந்த 'ஆரிய ஜன பரிபாலினி' என்னும் பத்திரிகையும் இந்தத் தத்துவச் சண்டையில் முனைந்து நின்றன.

யாழ்ப்பாணத்துக் கத்தோலிக்கக் கிறித்துவத் துறவியும் நல்ல தமிழ் அறிஞருமான ஞானப்பிரகாச அடிகளார் (வண.பிதா. ஞானப்பிரகாசர்] கொள்கை பரப்பு நூல்களாகவும், மறுப்பு நூல்களாகவும் பதினைந்து நரல்கள் எழுதியிருக்கிறார். 'மறுபிறப்பு ஆட்சேபம்', 'மறுபிறப்பு சமாதானம்', 'சைவ ஆட்சேப சமாதானம்', 'கிறிஸ்துவின் கடவுட்டன்மை', 'விக்ரகாராதனையும் சுரூப வணக்கமும்' ஆகியன அவர் சைவர்களுக்கு எழுதிய மறுப்பு நூல்களாகும். இந்தப் புத்தகங்களை இன்றைக்குப் படிக்கும்போது ஞானப்பிரகாச அடிகளாரின் தமிழ் உணர்வும், சைவ சித்தாந்த அறிவும் நம்மை வியக்க வைக்கின்றன. இவரது மறுப்பு நூல்கள் வெளிவந்த காலம் பெரும்பாலும் 1905 (முதல் 1915 வரை ஆகும். அவருடைய விளம்பரங்கள் குறிக்கின்றபடி, "இனிய தமிழிலே நட்பிலக்கணந் தவறாத நடையிலே" இவை எழுதப்பட்டிருக்கின்றன.

இது தத்துவச் சண்டையின் இரண்டாம் கட்டமாகும். தத்துவச் சண்டையின் முதற்கட்டம் புரொட்டஸ்டண்ட் கிறித்த வர்களுக்கும் சைவர்களுக்கும் தமிழ்நாட்டில் அரங்கேறியது.

காசிவாசி செந்தில்நாதையர் 1883இல் திருநெல்வேலி மாவட்டம் நாங்குநேரிக்கு அருகிலுள்ள டோனாவூரிலிருந்த

கிறித்தவ மதப் பிரசாரர்களுக்கு ஒரு கடிதம் எழுதுகிறார். இதற்குச் சரியான மறுமொழி கிடைக்கவில்லை. எனவே செந்தில்நாதையர் 'விவிலிய குற்சிதம்' என்றொரு நூலை எழுதுகிறார். அதற்கு மறுப்பாகக் கிறித்தவர்கள் 'விவிலிய குற்சித கண்டனம்' என்னுமொரு நூலை வெளியிடுகின்றனர். காசிவாசி செந்தில்நாதையர் அதற்கு மறுப்பாக 'விவிலிய குற்சித கண்டன திக்காரம்' என்றொரு நூலை எழுதுகிறார்.

புரொட்டஸ்டண்ட் கிறித்தவர்கள் 'சிவனும் தேவனா' என்றொரு நூலை வெளியிடுகின்றனர். இதற்கு மறுப்பாக 'சிவனுந்தேவனா என்னும் தீயநாவுக்கு ஆப்பு' என்றொரு நூலைச் சைவர் வெளியிட்டனர். இரண்டு மூன்றாண்டுகள் கழித்து 1884இல் 'வஜ்ரடங்கம்' (வயிரத் கோடரி) என்னும் நூலை கி.கா.சூ. என்பவர் வெளியிடுகின்றார்.

அப்போதும் சைவர்களின் சினம் அடங்கவில்லை. 1889 தொடக்கத்தில் சென்னை இந்து டிராக்ட் சொசைட்டியார் 'ஏசு கிறிஸ்துவும் கடவுளா' என்றொரு 'சிறுபத்திரம்' 15,000 பிரதிகள் வெளியிட்டனர். இதற்குக் கிறித்துவர்களின் 'சத்திய தூதன்' 1989 மார்ச் இதழில் மறுப்பு வெளியாயிற்று. இதே காலத்தில் கிறித்தவர்கள் அரக்கோணத்திலிருந்து 'விக்கிரக வணக்கம் பேதைத்தனம்' என்றொரு சிறுநூலை வெளியிட்டுள்ளனர். 1988இல் எச்.ஏ. கிருஷ்ண பிள்ளை ஆழ்ந்த தத்துவ விளக்கங் களோடு 'இரட்சணிய சமய நிர்ணயம்' என்றொரு நூலை எழுதியுள்ளார். ஞானப்பிரகாச அடிகளாரைப்போல இவரது விவாதங்களும் நாகரிகமான முறையில் அமைந்துள்ளன.

கிறித்தவர்களின் இரட்சணிய சேனைப் பிரிவினர் நடத்திய 'போர்ச்சத்தம்' இதழிலும், சிதம்பரத்திலிருந்து வெளிவந்த 'பிரம்ம வித்யா' இதழிலும் அவ்வப்போது மறுப்புக் கட்டுரைகள் வெளிவந்துள்ளன. இந்தத் தத்துவச் சண்டை 1890ஆம் ஆண்டோடு முடிந்துபோய், இருதரப்பாலும் வெளியிடப்பெற்ற நூல்கள் 1929 வரை மறுபதிப்புச் செய்யப்பட்டுள்ளன. சண்டையின் இறுதிப் பகுதியில் 'ஞானோதய ஆபாசம்', 'திரியேகத்துவ ஆபாசம்' என எழுத்துக்களின் தரம் தாழ்ந்து போய், "பாதிரிமார் ஸ்கூல்களில் பெண்கள் படிக்கலாமா" என்பது வரை போயிருக்கிறது. இவையெல்லாம் சென்னையில் இயங்கி வந்த 'இந்து டி.ராக்ட் சொசைட்டியின் வெளியீடுகள். 'சைவம்' ஆகத் தொடங்கிய சண்டை 'இந்து'வாக உருமாற்றம் பெற்றிருக்கிறது. சண்டை எப்போது, எவ்வாறு முடிந்தது

என்பதே நமக்கு வேண்டிய செய்தியாகும்.

இருபதாம் நூற்றாண்டின் முதற்பகுதியில் தேசிய இயக்கம் பெற்ற புதிய வேகம் 'இந்துக்களுக்கு' நம்பிக்கை தந்திருக்கிறது. திராவிட இயக்கத்தின் தோற்றம் சைவர்களுக்கு ஓரளவு நம்பிக்கை தந்திருக்கிறது. மதரீதியான மோதல்கள் பின் தள்ளப்பட்டு அரசியல் முன்னிலைப்படுத்தப்பட்டுள்ளது. எனவே மதச் சண்டையின் பரிமாணங்கள் முனை மழுங்கிப் போய்விட்டன. 'இந்து' என்று தம்மை அடை யாளம் காட்டிய தேசிய இயக்கத்தைவிடச் சைவர்களுக்குத் 'திராவிடம்' பேசிய இயக்கம் நெருக்கமானதாகப்பட்டது. 1920களின் கடைசிப் பகுதியில் திராவிட இயக்கத்தார் மெல்லிய குரலில் ஒலித்த 'நாத்திகம்' 1930களில் சூடுபிடித்தபோது மதச் சண்டைக்கான களம் முற்றிலுமாக அழிக்கப்பட்டது. அதுமுதல் அரை நூற்றாண்டுக் காலம் தமிழ் நாடு மதச்சண்டைகளற்ற மற்றொரு திசையில் தன் பயணத்தை தொடங்கலாயிற்று.

அண்மைக் கால மத மோதல்களுக்கான களங்களும் காரணங்களும் முற்றிலும் வேறானவை. அவை தனித்துப் பேசப்பட வேண்டும்.

ஆங்கிலேயப் பாண்டியன்

ஆங்கிலேயர்கள் தமிழ்நாட்டில் இருநூறு ஆண்டுக்காலம் நிலை பெற்றிருந்தனர். நாட்டு மக்களை அடிமைப்படுத்திய வல்லாண்மை அரசாக அவர்களுடைய அரசு இருந்தது. 'அதிகாரம்' என்ற எல்லையினைக் கடந்து தமிழ் மொழியோடும் மக்களோடும் கலந்த மனிதர்கள் சிலரும் அவருள் இருந்தனர். அதிகாரிகள், அதிகாரமுடைய மத குருக்கள் என்ற எல்லையினை மீறித் தமிழ் மக்களும் அவர்களோடு கலந்து பழகினர். அதன் விளைவாக அரசியல் நிறுவனங்களையும் ஆவணங்களையும் தாண்டி எளிய மக்கள் நெஞ்சில் இடம்பிடித்த ஆங்கிலேயர் சிலரும் உண்டு. சாயர்புரம் (Sawyer) கேம்பலாபாத் (Camphell), காலன் குடியிருப்பு (Collins), பீசர் பட்டணம் (Ficher), காசிமேஜர்புரம் (Cassa Major), டக்கர் அம்மாள்புரம் (Tucker), பர்கிட் மாநகரம் (Burkit), பேட் மாநகர் (Pate) முதலிய ஆங்கிலேயர் பெயரில் அமைந்த சில ஊர்ப் பெயர்கள் இதற்குச் சான்றாகும். தனிப்பட்ட ஆங்கிலேயரின் உதவியினைப் பெற்ற தமிழர் சிலர் சாதி, மத, இன, மொழி

எல்லைகளைத் தாண்டி ஆங்கிலேயர் பெயர்களைத் தம் குழந்தைகளுக்கு இட்டு வழங்கியதும் உண்டு. ஆங்கிலேய ஆதிக்க எதிர்ப்பில் இறுதிவரை முனைமழுங்காமல் நின்ற வ.உ.சி. தமக்கு உதவி செய்த ஆங்கில நீதிபதி வாலஸ் (Wallace) பெயரை வாலேசுவரன் எனத் தன் மகனுக்கு இட்டார். கட்டுரையாளரின் உறவினரான ஒரு மூதாட்டிக்கு கயிட்டாள் என்று பெயர். இது, அக்குடும்பத்திற்கு உதவி செய்த கயிட்டா (Gaita) என்ற ஆங்கிலப் பெண்மணியின் பெயராகும்.

மதுரைப் பகுதியில் இவ்வாறு நாட்டுப்புற மக்களிடத்தில் பெயர் பெற்ற ஒரு ஆங்கிலேயர் ரௌஸ் பீட்டர் (Rouse Peter) என்பவராவார். இவர் 1812 – 1828 வரை மதுரை மாவட் ஆட்சித் தலைவராக இருந்திருக்கிறார்; பதவியில் இருக்கும் போதே 1922இல் காலமானார். கன்னிவாடி, பெரியகுளம், போடி பகுதிகளில் அக்காலத்தில் காட்டு யானைகள் மக்களைத் தொல்லை செய்தபோது அவற்றைத் தாமே வேட்டையாடி, மக்களால் பாராட்டப் பெற்றிருக்கறார். ஏழைகளுக்கும் எளியவர்களுக்கும் நிறைய உதவிகள் செய்து உள்ளார். மதுரை மீனாட்சியம்மன் கோயில, அழகர்கோயில் ஆகிய கோயில்களுக்கு மக்களின் வேண்டுகோளின் பேரில் தங்க நகைகளையும் காணிக்கையாக அளித்துள்ளார். இவரின் கொடைத்திறத்தையும் வீரத்தையும் பாராட்டி அக்காலத்தில் நிறைய நாட்டுப் பாடல்கள் வழங்கி இருக்கின்றன. பாண்டிய மன்னன் இரும்பவந்து அள்வதாகவே மக்கள் இவரைக் கருதி மதித்திருக்கின்றனர். 'பீட்டர் பாண்டியன்' என்றே இவரை அழைத்திருக்கின்றனர். 'பீட்டர் பாண்டியன் அம்மானை' என்ற அம்மானை நூலும் அக்காலத்தில் பிறந்திருக்கிறது. அந்த அரிய நூல் இப்பொழுது கிடைக்கவில்லை.

பீட்டர் பாண்டியனின் இரக்க உணர்வும் கொடை உணர்வும் அளவுக்கு மீறி அமைந்திருக்கின்றன. எனவே இவர் அரசாங்கக் கருவலத்திலிருந்து பணத்தை எடுத்து எளிய மக்களுக்குக் கொடுத்துள்ளார். இவருடைய இரக்க உணர்வைப் பயன் படுத்திக்கொண்ட அதிகாரிகள் சிலரும் அரசாங்கப் பணத்தைக் கையாடி இருக்கின்றனர். நிலைமை கட்டுமீறிப் போனதைப் புரிந்துகொண்ட பீட்டர் பாண்டியன் 1819இல் அரசாங்கப் பணத்தையும் தான் எடுத்துச் செலவழித்ததை ஓத்துக்கொண்டு ஒரு கடிதம் எழுதி அதை சீல் செய்து தன்னுடன் வைத்துக்கொண்டார். 1828இல் திடீரென்று அரசாங்க நிலைமையை உணர்ந்த பீட்டர் பாண்டியன் தற்கொலை செய்து

கொண்டார். அதைத் தொடர்ந்து அவரது கடிதம் கைப்பற்றப்பட்டது. கணக்குகள் தணிக்கை செய்யப்பட்டன. முடிவில் ஏழு இலட்சத்து எழுபத்து நாலாயிரம் ரூபாய் அரசாங்கப் பணம் அவரால் எடுக்கப்பட்டிருப்பதாகத் தெரிந்தது. இதிலே அவர் உண்மையிலேயே எடுத்தது எவ்வளவு, கீழ்நிலை அதிகாரிகள் சுருட்டிக்கொண்டது எவ்வளவு என்று தெரியவில்லை. தொடர்ந்து நடந்த விசாரணையில் கீழ்நிலை அதிகாரிகள் ஐந்து பேர் தண்டிக்கப்பட்டிருக்கின்றனர். எழுபதாயிரத்திலிருந்து ஒரு இலட்சம் ரூபாய் மதிப்புள்ள அவரது சொத்துக்களும் பத்தாயிரம் ரூபாய் பெறுமானமுள்ள நகைகளும் அரசாங்கத்தால் பறிமுதல் செய்யப்பட்டிருக்கின்றன என்று மதுரை மாவட்ட செசட்டியர் (1914) குறிக்கின்றது.

இலக்கியங்கள் குறிப்பிடும் 'கொடைமடம்' என்ற சொல்லைப் பீட்டர் பாண்டியன் வாழ்க்கை மெய்ப்பித்துக் காட்டியிருக்கறது. அரசு ஆவணங்கள் என்னவாயினும் சொல்லட்டும்! மதுரைப் பகுதி நாட்டுப்புற மக்களின் உணர்வுகளைப் பீட்டர் பாண்டியன் ஒரு நூற்றாண்டுக் காலம் கட்டி ஆண்டிருக்கிறார் என்ற வரலாறு நமக்குத் தெரிகிறது. இந்த நல்ல மனிதரின் வெண்சலவைக் கல்லறை மதுரைத் தெற்காவணி மூலவீதியின் மேற்குப்பகுதியில் உள்ள தேவாலயத்தில், முன்தளத்தின் கீழுள்ள ஒரு இருட்டறையில் இருக்கிறது

இறப்புச் சடங்கும் விருந்தோம்பலும்

மரணம் என்பதை வாழ்வின் முற்றுப்புள்ளி என்று தமிழர்கள் நினைக்கவில்லை. தங்களிடமிருந்து இறந்தவர்களுக்கான உறவும் உணர்வும் முற்றிலுமாகத் துண்டிக்கப்பட்டுவிட்டன என்றும் அவர்கள் கருதவில்லை.

சாதிகளையும் அவற்றின் உட்பிரிவுகளையும் கணக்கிட்டால் தமிழர்களிடத்தில் ஆயிரத்திற்கும் மேற்பட்ட உள்வட்டத் திருமண அமைப்புடைய பிரிவுகள் (அகமணப் பிரிவுகள்) உள்ளன. இருப்பினும் பண்பாட்டுப் பொதுமைக் கூறுகள்தாம் இவர்களிடையே மிகுதி. அவ்வகையில் எல்லா வகையான தமிழர்களிடத்திலும் பொதுவான நம்பிக்கையை வெளிப் படுத்தும் சடங்குகள் உண்டு. இறப்புச் சடங்குகளும் அவ்வாறே. தமிழர்களுள் மிகப் பெரும்பான்மையானோர் இறந்தவர்களைப் புதைக்கும் வழக்கத்தையே கொண்டுள்ளனர். பிராமணர்களும்

பிராமணமயப்படுத்தப்பட்ட சில இடைநிலைச் சாதியினரும் மட்டுமே இறந்தாரை எரிக்கும் வழக்கத்தைக் கொண்டுள்ளனர்.

இறந்தாரை நீராட்டுதல், அதிலும் சிறப்பாக எண்ணெய் தேய்த்து நீராட்டுதல், புத்தாடை உடுத்தல், வாயில் அரிசி யிடுதல். உண்டு முடித்தவர்கள் போல வாயில் வெற்றிலை இடுதல். நெற்றியில் அல்லது கையில் நாணயத்தை வைத்தல் ஆகிய அனைத்துச் சடங்குகளும் பெரும்பான்மையான சாதியார்களிடம் ஒரே மாதிரியாக அமைந்துள்ளன. இதன் பொருள் இறந்தவர் இல்லாமல் போகவில்லை; அவர் இன்னொரு ஊருக்குப் பயணம் செய்கிறார் என்பது தான். எனவேதான் இறப்புச் சடங்குகள் ஒரு மனிதனை வழியனுப்பும் சடங்கு போலவே அமைந்துள்ளன.

இறப்பு நிகழ்ந்த வீட்டில் அவ்வீட்டைச் சேர்ந்தவர்கள். அன்று சமையல் வேலையில் ஈடுபடுவது இல்லை. அவரது உறவின்முறையார், குறிப்பாகப் பெண் எடுத்தவர் – கொடுத்தவர் அப்பொறுப்பை ஏற்றுக்கொள்கின்றனர். பொதுவாக இறந்தவர் உடலை எடுக்கும்வரை வீட்டாரும் உறவினரும் நீர்ப்பொருள் தவிர திடப்பொருள் உணவு உண்பதில்லை. சாதிக் கட்டுப்பாடுடைய சிற்றூர்களில் அத்தெருவில் வசிப்போர் யாரும் (குழந்தைகள் தவிர) திட உணவு உண்ணாமல் பசியினைத் தாங்கிக் கொள்கின்றனர்.

சில சாதியாாகளிடத்தில் இறந்தவர் உடலை எடுக்கும் வனி இறந்தவர் வீட்டில் சமையல வேலை செய்யாமல் அடுத்தடுத்த வீடுகளிலே சமையல் வேலையைத் தொடங்குகின்றனர். மிகச் சில சாதியாரிடத்தில் மட்டுமே இறந்தவர் உடலோடு பெண்களும் இடுகாட்டுக்குச் செல்லும் வழக்கம் இருக்கிறது.

நவீனப் போக்குவரத்து வசதிகள் இல்லாத காலம் வரை இறப்புச் செய்தி தெரிந்தது முதல் இறந்தவரை அடக்கம் செய்வது வரை உள்ள கால இடைவெளி பெரிதாக இருக்கும். இறந்தவர் உடலைப் பசியோடு சென்று அடக்கம் செய்து முடித்தவுடன், மிகுந்த களைப்பினை அடைவது இயல்பாகும். எனவே இறப்பு நிகழ்ந்த வீட்டுக்காரர் சார்பாக, இடுகாடு அல்லது சுடுகாடு வரை நடந்து வந்தவர்க்கு உடல் களைப்புத் தீர அங்கு ஏதேனும் உண்பதற்குக் கொடுக்க வேண்டும் என்ற விருந்தோம்பல் உணர்வு தலைதூக்குகிறது. இறப்பு நிகழ்ந்த வீட்டார் சார்பாக அவரது உறவினர்கள் சுடுகாடு அல்லது இடுகாடு சேர்ந்து சடங்குகள் முடிந்தவுடன் அங்கேயே கையில்

வாங்கிச் சாப்பிடும் அளவு சிறு உணவுப் பண்டங்களைக் கொடுக்கிறார்கள். சில சிற்றூர்களில் சுருட்டு, பீடி, சிகரெட் போன்றவையும் தரப்படுகின்றன. மழையும் பனியும் மிகுந்த இரவுப் பொழுதாக இருந்தால் தென்மாவட்டங்களில் சுக்கும் கருப்பட்டியும் கொடுக்கும் வழக்கம் இருந்திருக்கிறது. இப்பொழுது காரச்சேவு, ஓமப்பொடி போன்ற பண்டங்களைக் கொடுக்கின்றனர். இவ்வாறு வழங்கப்படும் உணவிற்கே (இடு) 'காட்டுப் பண்டம்' என்று பெயர்.

தமிழ்ச் சாதியினரின் பொதுவான பண்பாட்டில் விருந் தோம்பல் சிறப்பிடம் பெறுவது உண்மையே. இவர்களுள் நகரத்தார் எனப்படும் செட்டியார் சாதியினர் ஏனையோரினும் ஒருபடி முன் நிற்கின்றனர். இறப்பு நிகழ்ந்த வீட்டிற்கு அவரது பங்காளிகள் உடனடியாக வந்து சமையல் வேலையைத் தொடங்குகின்றனர். உறவினரும் சாதிக்காரரும் உரியவரிடம் உரிய முறையில் துக்கம் விசாரித்த பின்னர் வீட்டுக்காரரர் அவரைப் பசியாறுமாறு (உண்ணுமாறு) கேட்டுக்கொள்கிறார்.

தன் குடும்பத்தின் கடுமையான துயர வேளையிலும், துயரத்தில் பங்கேற்க வந்தவரின் பசி உணர்வைச் சிந்தித்துப் பார்த்து உண்ணச் செய்வது தமிழர்கள் தம் வாழ்வில் விருந்தோம்பலுக்குத் தந்த சிறப்பிடத்தைக் காட்டி நிற்கிறது.

7

கறுப்பு

இயற்கை பல்வேறு நிறங்களை உடையது. இயற்கையின் நிறங்களில் மனிதன் சுவை, அழகு, பயன் ஆகியவற்றைக் கண்டான். எனவே அவன் படைத்த செயற்கைப் பொருள்கள் பல நிறங்களில் அமைந்தன. இக்காலத்தில் நிறத்தையும் குறிக்கும் 'வண்ணம்' என்ற சொல் அக்காலத்தில் அழகு, இசை, ஒழுங்கு ஆகிய பொருள்களை மட்டுமே தந்தது.

எல்லா இயற்கைப் பொருள்களிலும் நிற வேறுபாடு இருப்பது போல மனித உடம்பிலும் அதாவது, தோலிலும் நிற வேறுபாடுகள் உண்டு. அந்த வேறுபாடுகள் இன்றைய உலகில் வறுமைக்கு அல்லது வளமைக்கு, உயர்வுக்கு அல்லது தாழ்வுக்கு, அதிகாரத்திற்கு அல்லது அடிமைத்தனத்திற்கு, ஒடுக்குமுறைக்கு அல்லது அதற்கு எதிரான போராட்டத்திற்கு உரிய குறியீடுகளாக மாற்றப்பட்டு விட்டன. இட ஒதுக்கீட்டுக்கெதிராக ஒரு கருத்தைச் சொல்லும் திரைப்படத்தில் கறுத்த நிறமுடையவன் கல்லூரிக்குச் செல்லுகிறான். சிவந்த நிறமுடையவன் இடங் கிடைக்காமல் வெளியே நிற்கிறான். கருத்தைச் சொல்லுவதற்கு இங்கே தோலின் நிறம் ஒரு குறியீடாகப் பயன்படுத்தப்படுகிறது. கறுப்பு, சிவப்பு ஆகிய இரண்டு நிறங்கள் கீழ்ச் சாதிக்காரன், மேல்சாதிக்காரன் என்பதைக் குறியீடுகளாகச் சுட்டி நிற்கின்றன. சமூக முரண்பாடுகள் மனிதனின் தோலின் நிறத்தைக்கொண்டு வெளிப்படுகின்ற வழக்கம் எவ்வாறு உருவானது? மனிதத் தோலின் நிறத்தையும் அழகையும் இணைக்கும் கோட்பாடுகள் தமிழ்ச் சமூகத்தில் எவ்வாறு வளர்ந்துள்ளன என்பதை விளக்க முயலுவோம்.

இன்றைய சமூக நிகழ்வுகளிலும் அசைவுகளிலும் கறுப்பு நிறம் கீழ்ச்சாதிக்காரன், வறுமைப்பட்டவன், கல்வியறிவு இல்லாதவன் அல்லது நாகரிகமறியாதவன், அழகற்றவன் என்ற பொருள்

களிலேயே ஆளப்படுகிறது. திருமணச் சந்தையில் பணம் என்பதைப் போலவே, அதற்குக் குறையாத அழுத்தத்துடன் பெண்ணின் நிறமும் தீர்மானிக்கிற சக்தியாக விளங்குகிறது. அதாவது சாதாரண மனிதனின் அழகுணர்ச்சியைப் பொறுத்த மட்டில், கறுப்பு என்பது அழகற்ற நிறம் என்று அனைத்து மனிதர்களும் கருதுகிறார்கள். அழகுணர்ச்சியில் இந்தப் பாகுபாடு புகுந்த முறை ஆய்வுக்குரிய ஒன்றாகும்.

ஒரு சமூகத்தின் வாழ்க்கை நெறிகளை வரலாற்றுப் போக்கில் அளவிட்டு அறிய உதவும் சான்றுகளில் இலக்கியம் முதன்மையானது. தமிழ்ச் சமூகம் மிச நீண்ட இலக்கிய மரபினை உடையதாக இருக்கிறது. எனவே மனிதத் தோலின் நிறமும் அழகுணர்ச்சியும் பற்றிய மதிப்பீடுகளை அறிய இலக்கியச் சான்றுகளைக் காண்போம். நிறங்கள் மனித உணர்வுகளைப் புலப்படுத்தும் என்னும் செய்தி தொல்காப்பியத்தில் காணப்படுகிறது. ஆனால் இரண்டு நிறங்களைப் பற்றியே தொல்காப்பியர் பேசுகிறார்.

கறுப்பும் சிவப்பும் வெகுளிப் பொருள
நிறத்துரு உணர்த்தற்கும் உரிய என்ப.

கறுப்பு, சிவப்பு என்பன சினத்தை உணர்த்தும் சொற் களாகவும் வரும் என்புது தொல்காப்பிய இலக்கணமாகும். இந்த இலக்கணம் பிற்கால இலக்கியங்களில் பின்பற்றப்பட்டிருக்கிறது.

கறுத்தின்னா செயத அக்கண்ணும் மறுத்தின்னா
செய்யாமை மாசற்றார் கோள்

என்ற திருக்குறளில் 'கறுத்து' என்ற சொல் 'சினந்து' என்ற பொருளைத் தருகிறது.

செருநரை நோக்கிய கண்தன்
சிறுவனை நோக்கியும் சிவப்பு ஆனாவே

என்ற ஔவையாரின் புறப்பாடலில் சிவப்பு என்ற சொல் வெகுளி என்ற பொருளில் ஆளப்பட்டுள்ளது. ஆயினும் இந்தச் சொற்கள் தோலின் நிறம் பற்றிப் பேச வரவில்லை.

சங்க இலக்கியங்களிலும் அதற்குப்பின் வந்த நீதி இலக்கிய களிலும் சிலம்பு, மேகலை போன்ற காப்பியங்களிலும் ஆண், பெண் இருவரின் உடல் சார்ந்த வருணனைகள் ஏராளமாக இடம் பெறுகின்றன. ஆனால் அவையனைத்தும் மனித உறுப்பு களின் அளவும் வடிவும் சார்ந்தாகவே அமைந்துள்ளன. இந்த

வருணனைகளும் அளவு மட்டுமன்றி உறுப்புக்களின் பயன் கருதியதாகவும் அமைந்துள்ளன. பெருத்த முலை என்பது வளமை அல்லது தாய்மையின் குறியீடாகவும் வீரரின் பெருத்த தோள் என்பது வலிமையின் சின்னமாகவும், பாதுகாப்பின் சின்னமாகவும் அமைந்துள்ளன. உயர்வு, தாழ்வு என்ற கருத்தோட்டங்கள் இந்த வருணனைகளில் காணப்படவில்லை. மாறாக, அழகு என்பது உடல் நலம் சார்ந்ததாகவே பேசப்பட்டிருக்கிறது. இவ்வருணனைகளில் ஓரிடம் தவிர ஏனைய இடங்களில் மனிதத் தோலின் நிறம் பேசப்படவே இல்லை. 'காதலன் அல்லது கணவனைப் பிரிந்த பெண்ணின் உடலில் பொன் நிறத்தில் பசலை பூக்கும்' என்னும் ஓரிடத்தில் மட்டுமே மனிதத் தோலின் நிறம் பேசப்படுகிறது.

இவை ஒருபுறமாக, மற்றொரு புறத்தில் தெய்வங்களைப் பேசும் இடத்தில் அவற்றின் நிறங்கள் பேசப்படுகின்றன. மாயோன் மலை போன்று நீலநிறத்தில் இருக்கிறான்; பலராமன் (வாலியோன்) அருவி போல வெள்ளை நிறத்தில் இருக்கிறான் என்று ஒரு சங்கப் பாடல் கூறும். திருமாலுக்கும் பலராமனுக்கும் நிறம் சொல்லப்பட்டாலும், முருகன், கொற்றவை போன்ற தெய்வங்களுக்கு நிறம் சொல்லப்படவில்லை. சிவபெருமானின் கழுத்து நஞ்சுண்ட காரணத்தால் கருமையும் நீலமும் கலந்த வண்ணத்தில் அமைந்திருப்பதாக மற்றொரு பாட்டு கூறும்.

பக்தி இலக்கியக் காலந்தொட்டுத் தெய்வங்களுக்கும். மனிதர்களுக்கும் பல்வேறு நிறங்கள் பேசப்படுகின்றன. கடவுள் எல்லாமாக இருக்கிறான் என்று குறிக்க வந்த மாணிக்கவாசகர். "நிறங்களோர் ஐந்துடையாய் விண்ணோர்கள் ஏத்த மறைந் திருந்தாய் எம்பெருமான்" என்கிறார். எனவே நிறங்கள் மொத்தம் ஐந்து என்பது பழந்தமிழர் கருத்து என்று தெரிகிறது. வெண்மை, கருமை, செம்மை, பொன்மை, புகைநிறம் என அவற்றை உரையாசிரியர் விளக்குகின்றனர். தேவாரம் சிவபெருமானைப் 'பவள வண்ணத்தினர்' என்றும், உமையவளை 'மரகதக்கொடி' எனப் பச்சை நிறமுடையவளாகவும் குறிக்கின்றது. இருளின் வண்ணமும் அந்தியின் வண்ணமும்கூடச் சிவபெருமானின் வண்ணமெனக் குறிக்கும் மற்றொரு தேவாரப் பாடல் வண்ணம் என்ற சொல் அழகு என்ற பொருளிலும் வழங்கப்பட்டிருப் பதனை 'வண்ண மார்பில் தாரும் கொன்றை' என்ற சங்கப் பாடலாலும் அறிகின்றோம்.

பக்தி இலக்கியங்களில் நாம் காணும் மற்றொரு செய்தி கறுப்பு அழகுக்குரிய நிறம், அது ஒளி வீசும் என்பது. திருமாலை ஆண்டாள் 'கண்ணன் என்னும் கருந்தெய்வம் காட்சு பழகிக் கிடப்பேன்' என்கிறார். ஆழ்வார்கள் பலரும் திருமாலைக் 'கரிய மாணிக்கம்' என்று பாடியுள்ளனர். இராமனது கரிய உடம்பிலிருந்து ஒளி கிளர்ந்தது என்ற செய்தியை 'வெய்யோன் ஒளி தன் மேனியின் விரிசோதியின் மறைய' என்று கம்பர் பாடுகிறார். கண்ணப்பர் பிறந்தபோது அவரது கறுத்தமேனி ஒளியுடையதாக இருந்தது என்பதனைக் 'கருங்கதிர் விரிக்கும் மேனி காமருகுழவி' என்று பாடுகிறார் சேக்கிழார். தன்மீதுபட்ட ஒளியைப் பளபளப்புடைய சகுறுப்புநிற மனிதத்தோல் 'எதிரொளி' செய்து காட்டும் என்பது கம்பரும் சேக்கிழாரும் காட்டும் அழகுக் காட்சியாகும்,

நன்னூல் 301ஆம் சூத்திரத்துக்கான விருத்தியுரையில் அவ்வுரைகாரர் 'கண்' என்னும் வேற்றுமை உருபினை விளக்குகிறார். எடுத்துக்காட்டாகத் தரப்படும் சொற்றொடர் 'கறுப்பின் கண் மிக்குள்ளது அழகு' என்பதாகும். நெருப்பின் உள்ளார்ந்த தன்மை தெறல் (சுடுதல்) என்பது போலக் கறுப்பின் உள்ளார்ந்த தன்மையே அழகுதான் என்பது அக்காலத்தில் நிலவிய கருத்து எனத் தெரிகிறது. அக்காலம் வரை அழகோடு சேர்த்து எண்ணப்பட்ட கறுப்பு நிறம் பின்னர் ஏன் தனது மதிப்பை இழந்தது? அழகின்மை என்பதற்கு எடுத்துக்காட்டாக அது எப்படி மாறிப் போனது? தாழ்வுக்கும், இழிவுக்கும் உரியதாகக் கறுப்பு நிறம் கருதப்பட்டதன் சமக வரலாற்றுக் காரணிகள் யாவை? இக்கேள்விகளுக்கான விடையினைச் சமூக அமைப்பில் காண இயலாது. மாறாக அதிகாரம் சார்ந்த அரசியல் அமைப்புக்குள்ளே தேடவேண்டும். அதுவும் தமிழ் அரசுகள் வீழ்ச்சியடைந்த 13ஆம் நூற்றாண்டின் இறுதிக்குப் பின்னரே தேட வேண்டும்.

கி.பி. 1310 முதல் 1323 வரை தமிழ்நாடு இசுலாமியர் படையெடுப்பால் அலைக்கழிந்தது. மீண்டும் 1398இல் விசய நகரப் பேரரசின் தளபதிகளின் படையெடுப்பால் ஆட்சி மாற்றம் ஏற்பட்டது. விசய நகரப் பேரரசு இசுலாமியருக்கு எதிராக வைதிக நெறியை உயர்ந்த இலட்சியமாகக் கொண்டு தோன்றிய அரசமரபாகும். அட்சியதிகாரம் விசயநகரப் பேரரசின் தளபதிகளின் கைக்கு மாறியவுடன் தமிழ்நாடு ஒரு பண்பாட்டு நெருக்கடியை எதிர்கொண்டது. அதாவது வரலாற்றில் முதல்முறையாகத் தமிழ்நாட்டின் அரசியல் அதிகாரம் பிறமொழி

பேசும் ஆட்சியாளர்களிடம் நிலையாக மாறியது. இந்த ஆட்சியாளரைத் தொடர்ந்து தெலுங்கு மொழி பேசும் மக்கள் பெருமளவு குடியேறத் தொடங்கினர். பிராமணர் தொடங்கிச் சக்கிலியர் ஈறாக இந்தக் குடியேற்றம் அமைந்தது. பிராமணர், பிராமணரை அடுத்த 'மேல் சாதியினரான' புலால் உண்ணாத ரெட்டியார், ராஜுக்கள் இவர்களுக்கு அடுத்த படி நிலைகளில் அமைந்த நாயுடு (வெலமா, கம்மவார், கவர, காப்பு, பலிஜா) இவர்களுக்கும் அடுத்த நிலையில் உள்ள ஆசாரிகள், பெரும்பாலும் புன்செய் நிலத்து விவசாயிகளான நாயக்கர், மிகத்தாழ்நிலையில் உள்ள செருப்புத் தைக்கும் சக்கிலியர், தோட்டி வேலை செய்யும் சக்கிலியர் என இவர்களை வகைப்படுத்திக் காணலாம். இவர்களோடு செளராட்டிரப் பகுதியிலிருந்து ஏற்கனவே வெளியேறி ஆந்திரத்தில் இருந்த நெசவுத் தொழில் செய்யும் சாதியான செளராட்டிரர்களும் தமிழகத்தில் வந்து குடியேறினர். இக்கால கட்டத்தில் தமிழ்நாட்டில் தனித்து வளர்ந்திருந்த சைவ, வைணவ மதங்கள் பின்னுக்குத் தள்ளப்பட்டன. வைதிக நெறியே முன்னிறுத்தப் பட்டது. 'இந்து மதம்' அதிகாரத்தில் அமர்ந்தது. தமிழ் அக்காலத்தில் ஆட்சி மொழியாக இல்லை. ஆட்சியாளர்களின் மொழியாகிய தெலுங்கு பேணப்பட்டது. அரசியல் அதிகாரத்தில், வைதிக நெறியின் காவலர்களான பிராமணர்க்கும் சமசுகிருதத்திற்கும் முன்னுரிமை தரப்பட்டது.

இவர்கள் ஆட்சி முடியும் தறுவாயில் கி.பி.1700க்குப் பிறகு உருது பேசும் வடநாட்டு முசுலிம்கள் அங்கங்கே சில பகுதிகளில் ஆட்சியதிகாரத்தைக் கைப்பற்றினர். மிகச் சில பகுதிகளில் பிரஞ்சுக்காரரும் ஏனைய பகுதிகளில் பிரிட்டிஷ்காரர்களும் ஆட்சியைக் கைப்பற்றினர்.

கி.பி. 14ஆம் நூற்றாண்டின் தொடக்கம் முதலாகத் தமிழ்நாட்டின் அரசியல் அதிகாரத்தைக் கையிலே வைத்திருந்த அனைத்து ஆட்சியாளர்களும், தமிழர்களின் சராசரி நிறத்திலி ருந்து வேறுபட்ட சிவந்த நிறமுடையவர்கள். அவர்களால் ஆதரிக்கப்பட்ட வடநாட்டில் இருந்து வந்த இசுலாமிய ஞானிகள், ஐரோப்பியப் பாதிரிமார்கள், பிராமணர்கள் ஆகிய அனைவரும் தமிழர்களைவிடச் சிவந்த நிறம் உடைவர்கள். எனவே ஐந்து நூற்றாண்டுக்கு மேலாகத் தமிழ்நாட்டில் அரசியல அதிகாரமும் அரசியல் சித்தாந்தங்களையும் நடைமுறைகளையும் உயர்த்திப் பிடிக்கின்ற ஆன்மீக அதிகாரமும் சிவந்த

நிறமுடையவர்களின் கையிலேயே இருந்தது. எனவே இந்த நிறம் அதிகாரத்தின் நிறமாக, உயர்ந்த ஆன்மீகததின் நிறமாக, மேட்டிமையின் சின்னமாக, அழகு நிறைந்ததாகக் காட்டப்பட்டது.

சுருக்கமாகச் சொல்வதானால், தமிழ் பேசும் பெருவாரியான மக்கள் கூட்டத்தாரின் மரபுவழி அழகுணர்ச்சி மனிதத் தோலின் நிறத்தைப் பொறுத்தமட்டில் திசைமாற்றம் பெற்றது. எதிர்நிலையில் சொல்வதானால், கறுப்பு நிறமுடைய மக்கள் அழகற்றவர்களாகவும், ஆளப்படுபவர்களாகவும், அதிகாரத் திற்குத் தகுதியற்றவர்களாகவும், இழிவின் சின்னமாகவும் கருதப்பட்டனர். இன்றளவும் இதுவே தொடர் சுதையாகி வருகிறது. எனவேதான் தளைகளிலிருந்து தங்களை விலக்கிக் காட்ட விரும்பும் தனி மனிதர்கள், அதாவது தனிவாழ்வின் பொருளாதார மேன்மையிலும் அதிகாரத்தின்மீதும் வேட்கை உடையவர்கள் சிவப்புத் தோலை வெறியுடன் விரும்புகிறார்கள். எனவே ‘கறுப்பு–சிவப்பு’ என்பது வெறும் அழகுணர்ச்சி சார்ந்த பிரச்சனையன்று. அது மரபுவழி அழகுணர்ச்சியிலிருந்து திசை மாற்றப்பட்டவர்களின் அதிகார வேட்கைக்கும் மரபுவழிச் சங்கிலியால் பிணைக்கப்பட்ட எளிய மக்களுக்கும் இடையிலே நிலவிவரும் ஒரு முரண்பாடு ஆகும்.